કેન્દ્રીય અંદાજપત્ર 2023-24નો સારાંશ

મિહિર જાગૃતિ વોરા

Made with ♥ on the Notion Press Platform
www.notionpress.com

આ પુસ્તક હું મારા માતા પિતા, મોટા ભાઈ ભાભી અને નાની પ્રિય ભત્રીજી ને અર્પણ કરું છું.

સામગ્રી

પ્રસ્તાવના

મિત્રો અંદાજપત્ર કેન્દ્રીય અંદાજપત્ર 2023-24 નો સારાંશ વિવિધ અખબારી અહેવાલો , વિવિધ અનુભવી વ્યક્તિઓ ના બ્લોગ- લેખ , વિવિધ અખબારી અહેવાલ અને ભારતીય નાણા મંત્રાલય ના રિપોર્ટ ના આધારે આ એક નિબંધ ગુજરાતી ભાષા માં લખ્યો છે.

સ્વીકૃતિઓ

આ પુસ્તક માટે મેં વિવિધ લેખ આધારિત માહિતી ભારતીય નાણા મંત્રાલય ના રિપોર્ટ , વિકિપીડિયા ,લેખ ને લાગતા આવેલા વિવિધ અખબારી અહેવાલ અને જે તે લેખક ના લેખ ના સંદર્ભો નો સહારો લીધો છે તે સૌ નો હું આભાર માનું છું

અનુક્રમણિકા

1
કેન્દ્રીય અંદાજપત્ર 2023-24 નો સારાંશ

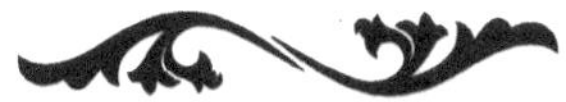

મિત્રો અંદાજપત્ર કેન્દ્રીય અંદાજપત્ર 2023-24 નો સારાંશ વિવિધ અખબારી અહેવાલો , વિવિધ અનુભવી વ્યક્તિઓ ના બ્લોગ- લેખ , વિવિધ અખબારી અહેવાલ અને ભારતીય નાણા મંત્રાલય ના રિપોર્ટ ના આધારે આ એક નિબંધ ગુજરાતી ભાષા માં લખ્યો છે, પહેલી ફેબ્રુઆરીએ 2024ની લોકસભા ચૂંટણી પહેલાં મોદી સરકારનું પૂર્ણ કદનું છેલ્લું બજેટ રજૂ કરતાં પહેલાં સંસદમાં નિર્મલા સિતારમણે મંગળવારે ઇકોનોમિક સરવે 2023 રજૂ કર્યો હતો, ત્યારે આગામી વર્ષે GDP ગ્રોથ રેટ 6.0થી 6.8 ટકા રહેવાનું અનુમાન લગાવવામાં આવ્યું છે.

આર્થિક સરવેમાં નાણાકીય વર્ષ 2023-24માં ભારતનો જીડીપી 6.0 ટકાથી 6.8 ટકા જેટલો રહેવાનું અનુમાન કરાયું છે અને બેઝલાઇન રિયલ જીડીપી ગ્રોથ 6.5 ટકા રહેવાનું અનુમાન લગાવવામાં આવ્યું છે. નાણામંત્રી તરીકે સીતારમણનું આ સતત પાંચમું બજેટ છે. આ સાથે જ આગામી 2024ની સામાન્ય ચૂંટણી પહેલા વર્તમાન મોદી સરકારનું આ છેલ્લું પૂર્ણ બજેટ છે.

બજેટ 2023 : 'અમૃતકાળનું પ્રથમ બજેટ છે' - નિર્મલા સીતારમણ

નાણામંત્રી નિર્મલા સીતારમણે સંસદમાં મોદી સરકારનું છેલ્લું પૂર્ણ કદનું બજેટ ભાષણ શરૂ કર્યું. નિર્મલા સીતારમણે કહ્યું, 'ચાલુ વર્ષે દેશનો વિકાસદર સાત ટકા દરે રહેવા પામશે, જે યુદ્ધ અને કોવિડ છતાં અગ્રણી અર્થતંત્રોમાં સવૉચ્ચ હશે.

નાણામંત્રી નિર્મલા સીતારમણે બુધવારે જાહેર કરેલા બજેટમાં ઇન્કમટૅક્સમાં છૂટ આપવામાં આવી છે, જે અંતર્ગત સાત લાખ સુધીની આવકની ઉપર ટૅક્સ નહીં લાગે.

ગુજરાતમાં ગિફ્ટ સિટી ખાતે વેપારી પ્રવૃત્તિઓને અને સુરતના હીરાઉદ્યોગમાં પ્રોત્સાહન મળે તે માટે કેટલીક જાહેરાતો કરવામાં આવી છે.

આ સિવાય રૂ. બે લાખ કરોડના ખર્ચે નિ:શુલ્ક અન્નવિતરણની યોજનાને પહેલી જાન્યુઆરીથી એક વર્ષ માટે લંબાવવામાં આવી છે. જેના માટે રાજ્ય સરકારોએ કોઈ ખર્ચ કરવાનું નહીં રહે.

તેમજ આર્ટિફિશિયલ ઇન્ટેલિજન્સ અને ઇન્ટરનેટ ઑફ થિંગ્સ (આઈઓટી) જેવી આધુનિક પ્રૌદ્યોગિકી ક્ષેત્રને પ્રોત્સાહન મળે અને કૌશલ્યવર્ધન થાય તે માટે જોગવાઈઓ કરવામાં આવી છે.

સાત લાખ સુધી કરમુક્ત

નવી કર વ્યવસ્થા હવે ડિફોલ્ટ કર વ્યવસ્થા રહેશે. જોકે, જૂની કર વ્યવસ્થા હેઠળ મળતી રાહતો ચાલુ રહેશે. આ સિવાય કરના છ સ્લૅબને ઘટાડીને પાંચ કરવામાં આવ્યા છે.

જે અનુસાર રૂ. ત્રણ લાખ સુધીની આવક ઉપર કોઈ કર નહીં. ત્રણથી છ લાખની આવક ઉપર પાંચ ટકા, રૂ. છ લાખથી નવ લાખના કર ઉપર દસ ટકા. રૂ. નવથી 12 લાખની આવક ઉપર 15 ટકા ઇન્કમટૅક્સ, 12થી 15 પર 20 ટકા, 15 લાખથી વધુની આવક ઉપર 30 ટકા કર ચૂકવવાનો રહેશે.

રૂ. સાત લાખ સુધીની આવક પર ટૅક્સ રિબેટ મળશે. અગાઉ આના માટે રૂ. પાંચ લાખની ટોચમર્યાદા હતી.

દેશમાં સરચાર્જ સાથે સવૉચ્ચ દર 42.74 ટકા છે, જે ઘટીને 39 ટકા ઉપર આવી જશે. સરચાર્જનો સવૉચ્ચ દર 37 ટકા હતો, જેને ઘટાડીને 25 ટકા કરવામાં આવશે.

બજેટમાં વિવિધ ક્ષેત્રો માટે ઘણી જાહેરાતો કરવામાં આવી હતી. પરંતુ સામાન્ય માણસ માટે શું સસ્તું થશે અને શું મોંઘુ થશે તે આપણે જોઇએ. આ સાથે ઈલેક્ટ્રોનિક વાહનોમાં વપરાતી બેટરીઓ પરથી કસ્ટમ ડ્યૂટી હટાવી દેવામાં આવી છે અને મોબાઈલ ફોનમાં વપરાતી લિથિયમ બેટરી પરની કસ્ટમ ડ્યૂટીમાં ઘટાડો કરવામાં આવ્યો છે અને આ બેટરીઓ પણ સસ્તી થશે.

આ ઉપરાંત ટેલિવિઝન પેનલ પરની આયાત ડ્યુટી ઘટાડીને 2.5 ટકા કરી દેવામાં આવી છે અને ઇલેક્ટ્રિક કિચન ચીમની પરની આયાત ડ્યૂટીમાં ઘટાડો કરવામાં આવ્યો છે.નાણામંત્રીની જાહેરાત મુજબ સ્વદેશી રસોડાની ચીમની સસ્તી થશે. કેટલાક મોબાઈલ ફોન અને ઇલેક્ટ્રિક વાહનો સસ્તા થશેવિદેશથી આવતી ચાંદીની વસ્તુઓ સસ્તી થશે. એલઇડી ટીવી અને બાયોગેસ સંબંધિત વસ્તુઓ સસ્તી થશે. સાથે જ કેટલીક વસ્તુઓ મોંઘી પણ કરવામાં આવી છે.

તેમાં સિગારેટ પર ડિઝાસ્ટર સંબંધિત ડ્યુટી વધારી દેવામાં આવી છે. નાણામંત્રીના જણાવ્યા અનુસાર સિગારેટ પર આકસ્મિક ડ્યુટી 16 ટકા વધારી દેવામાં આવી છે. જેના કારણે સિગારેટ મોંઘી થઈ ગઈ છે. આ સિવાય સોના, ચાંદી અને પ્લેટિનમથી બનેલી આયાત થતી જ્વેલરી મોંઘી થઈ ગઈ છે. બજેટની રજૂઆત પહેલા જ એવી અપેક્ષા રાખવામાં આવી રહી હતી કે, 2024માં આવનારી લોકસભાની ચૂંટણી પહેલા કેન્દ્ર સરકારનું આ છેલ્લું પૂર્ણ બજેટ લોકપ્રિય બનશે. એક તરફ જ્યાં ટેક્સ સ્લેબમાં થયા છે જેના કારણે સામાન્ય માણસને રાહત થઇ છે.

સીતારમણે બજેટમાં જાહેરાત કરતા કહ્યું કે, ઈલેક્ટ્રિક વાહન, રમકડા, સાયકલ અને ઓટોમોબાઈલ સસ્તા થશે. તેની સાથે જ દેસી મોબાઈલ સસ્તા થશે. તો વળી ચિમની, અમુક મોબાઈલ ફોન અને કેમેરાના લેંસ, સિગારેટ, સોનું, ચાંદી, પ્લેટિનમ મોંઘુ થશે. સીતારમણે જાહેરાત કરી કે, સીનિયર સિટીજન્સના ખાતા સ્કીમની મર્યાદા હવે 4.5 થી વધારીને 9 લાખ કરી દેવામાં આવી છે.

નાણામંત્રી નિર્મલા સીતારમણે ટેક્સ સ્લૈબને લઇને મોટી જાહેરાત કરી છે. હવે નવી કર વ્યવસ્થા અંતર્ગત 7 લાખ રૂપિયા સુધીની વાર્ષિક કમાણી પર કોઈ ટેક્સ લાગશે નહીં. અત્યાર સુધી તે મર્યાદા 5 લાખ

હતી.

0થી 3 લાખ - 0

3થી 6 લાખ રૂપિયા- 5 ટકા

6થી 9 લાખ રૂપિયા- 10 ટકા

9થી 12 લાખ રૂપિયા - 15 ટકા

12થી 15 લાખ રૂપિયા- 20 ટકા

15 લાખથી ઉપર- 30 ટકા

New Income Tax Slab 2023 Explained: નાણા મંત્રી નિર્મલા સીતારામને પોતાના બજેટ ભાષણમાં પર્સનલ ઇન્કમ ટેક્સ સાથે જોડાયેલી પાંચ જાહેરાત કરી હતી. આ બધી ન્યૂ ટેક્સ રિજીમ (New Tax Regime) માટે છે. પહેલા આ પાંચ જાહેરાતો સમજીએ.

New Tax Regime અંતર્ગત છૂટની સીમા સાત લાખ રૂપિયા કરી દેવામાં આવી છે. એટલે કે સાત લાખ રૂપિયા સુધી કમાણી કરનારને ઇન્કમ ટેક્સ આપવાની જરૂર નથી.

New Tax Regimeના સ્ટ્રક્ચરમાં ફેરફાર કરવામાં આવ્યો છે. સ્લેબ પાંચ કરી દીધા છે અને ટેક્સ છૂટની મર્યાદા 3 લાખ રૂપિયા કરી દીધી છે.

New Tax Regimeમાં નોકરી કરતા લોકોને 50 હજાર રૂપિયા અને પેન્શનધારકોને (ફેમિલી પેન્શનર્સ સહિત)ને 15000 રૂપિયા સુધીનું સ્ટાન્ડર્ડ ડિડક્શન .

New Tax Regimeમાં અધિકતમ સરચાર્જને 37થી ઘટાડીને 25 ટકા કરી દેવામાં આવ્યો છે. આ બે કરોડ રૂપિયાથી વધારે આવકવાળા માટે કરવામાં આવ્યું છે. આ કાપથી ઇન્કમ ટેક્સનો અધિકતમ દર 42.74 ટકાથી 39 ટકા થઇ જશે.

નોકરીયાતને લોકોને નિવૃત્તિ સમયે જમા રજાઓના બદલે જે પૈસા મળે છે તે રકમ પર ટેક્સ છૂટની મર્યાદા ત્રણ લાખ રૂપિયાથી 25 લાખ રૂપિયા કરી દીધી છે. આ ફાયદો સરકારી નોકરીમાંથી નિવૃત્ત થનારને નહીં મળે.

New Tax Regime 2023-24

Net Annual Income RangeNew Regime Tax Rate

- INR 0-3 lakh Nil
- INR 3-6 lakh 5%
- INR 6-9 lakh 10%
- INR 9-12 lakh 15%
- INR 12-15 20%
- Above INR 15 lakh 30%

*Those earning up to INR 7 lakh annually are entitled to a rebate.
*Highest surcharge rate on the income above INR 5 crore to be reduced from 37% to 25% under the new tax regime.
Old Tax Regime
NET ANNUAL INCOME RANGE OLD REGIME TAX RATE

- Up to INR 2.5 lakh Nil
- INR 2.5 lakh to INR 5 lakh 5% (tax rebate u/s 87A is available)
- INR 5 lakh to INR 7.5 lakh 20%
- INR 7.5 lakh to INR 10 lakh 20%
- INR 10 lakh to INR 12.5 lakh 30%
- INR 12.5 lakh to INR 15 lakh 30%
- Above INR 15 lakh 30%

Income Tax Slab in FY 2023-24 for Senior Citizens
SENIOR CITIZENS (Above 60 to 80 years)
NET INCOME RANGEOLD REGIME TAX RATENEW REGIME TAX RATE

- INR 2.5 lakh to INR 3 lakh Nil 5%
- INR 3 lakh to INR 5 lakh 5% (tax rebate u/s 87A is available) 5% (tax rebate u/s 87A is available)
- INR 5 lakh to INR 7.5 lakh 20% 10%

- INR 7.5 lakh to INR 10 lakh 20% 15%
- INR 10 lakh to INR 12.5 lakh 30% 20%
- INR 12.5 lakh to 15 lakh 30% 25%
- Above INR 15 lakh 30% 30%

Income Tax Slab in FY 2023-24 for Super Senior Citizens

SENIOR CITIZENS (Above 80 years and above)

- NET INCOME RANGE OLD REGIME TAX RATE NEW REGIME TAX RATE
- Up to INR 2.5 lakh Nil Nil
- INR 2.5 lakh to INR 5 lakh Nil 5%
- INR 5 lakh to INR 7.5 lakh 20% 10%
- INR 7.5 lakh to INR 10 lakh 20% 15%
- INR 10 lakh to INR 12.5 lakh 30% 20%
- INR 12.5 lakh to 15 lakh 30% 25%
- Above INR 15 lakh 30% 30%

Super senior citizens (those above 80 years of age) are not eligible to avail income tax deductions under section 87A.

7 લાખ સુધી ટેક્સ નહીં છતા પાંચ સ્લેબની જાહેરાતના કારણે ઘણા લોકો મૂંઝવણમાં મુકાયા છે. તો સમજી લો કે નવા ઇન્કમ ટેક્સ સ્લેબમાં સાત લાખ સુધી આવક છે તો તમારે ટેક્સ આપવાનો નથી. તમારી આવક સાત લાખ કરતા એક રૂપિયો પણ વધારે છે તો તમે સ્લેબના અંદરમાં આવશો અને સ્લેબ પ્રમાણે ટેક્સ કપાશે. જૂની વ્યવસ્થામાં પાંચ લાખ સુધીની આવક પર ટેક્સ લાગતો નથી. પછી આયકર અધિનિયમની કલમ 80 (સી) અંતર્ગત 1.50 લાખ રૂપિયાની છૂટ મળે છે અને 50 હજાર રૂપિયા સ્ટૅંડર્ડ ડિડિક્શનને મિલાવી દો તો સાત લાખ રૂપિયા સુધીની આવક ટેક્સ ફ્રી થઇ જાય છે.

નાણામંત્રી નિર્મલા સીતારમણે કહ્યું કે, કપડા અને કૃષિ ઉપરાંત અન્ય વસ્તુઓ પર બુનિયાદી સીમા શુલ્ક દરની સંખ્યાને 21 ટકાથી ઘટાડીને 13 ટકા કરવાનો પ્રસ્તાવ કર્યો છે. પરિણામે રમકડા, સાયકલ, ઓટોમોબાઈલ સહિતની અમુક વસ્તુઓ સસ્તી થશે, સાથે જ સિગરેટ પર કસ્ટમ ડ્યૂટી વધારી છે

નાણામંત્રીએ મહિલા બચત પત્ર યોજના શરુ કરવાની જાહેરાત કરી છે. આ ઉપરાંત વરિષ્ઠ નાગરિકો માટે 15 લાખ સુધીની લિમિટ વધારીને 30 લાખ કરવાની જાહેરાત કરી છે. નાણામંત્રી નિર્મલા સીતારમણે મહિલા સમ્માન બચત પત્ર યોજનાની બજેટમાં જાહેરાત કરી છે. આ સ્કીમ અંતર્ગત મહિલાઓ 2 વર્ષ સુધી 2 લાખ રૂપિયાનું રોકાણ કરી શકશે. આ જમા પર ટેક્સમાં છૂટ મળસે અને 7.5 ટકાનું રિટર્ન મળશે. મહિલાઓ માટે આ પોતાના તરફથી પ્રથમ સ્કીમ છે.

એમએસએમઈ માટે ક્રેડિટ ગેરેન્ટી કોરપસમાં 9000 કરોડ રૂપિયા નાખવામા આવ્યા છે, જે 2 લાખ કરોડ રૂપિયાથી વધારે કોલેટરલ ફ્રી ક્રેડિટની મંજૂરી આપશે. તે 1 એપ્રિલ 2023થી લાગૂ થશે.

નાણામંત્રી નિર્મલા સીતારમણે કહ્યું કે, ઘરેલૂ અને આંતરરાષ્ટ્રીય પર્યટન માટે સંપૂર્ણ પેકેજ તરીકે વિકસિત કરવા માટે ચેલેન્જિંગ મોડમાં 50 પર્યટન સ્થળ પસંદ કરવામાં આવશે. રાજ્યોને વન ડિસ્ટ્રિક્ટ, વન પ્રોડક્ટ અને જીઆઈ વસ્તુ અને હસ્તશિલ્પના પ્રચાર માટે વેચાણ માટે રાજ્યની રાજધાની અથવા રાજ્યના સૌથી લોકપ્રિય સ્થળમાં યૂનિટી મોલ સ્થાપિત કરવા માટે પ્રોત્સાહન આપવામાં આવશે.

કેન્દ્રીય નાણામંત્રી નિર્મલા સીતારમણે પાન કાર્ડને લઈને બજેટમાં મોટી જાહેરાત કરી છે. તેમણે કહ્યું કે, પાન કાર્ડ હવે રાષ્ટ્રીય ઓળખાણ પત્ર તરીકે માનવામાં આવશે. આ અગાઉ પાન ટેક્સ ફાઈલિંગ માટે હતું

નાણામંત્રીએ રાજ્ય સરકારો માટે મોટી જાહેરાત કરી છે. કેન્દ્ર સરકારે રાજ્યોને 50 વર્ષનું વ્યાજ મુક્ત લોન વધુ એક વર્ષ લંબાવી દીધી છે

કેન્દ્રીય નાણામંત્રી નિર્મલા સીતારમણે કહ્યું કે, ક્ષેત્રિય હવાઈ સંપર્કમાં સુધાર કરવા માટે 50 નવા એરપોર્ટ, હેલીપેડ અને વોટર એરો

ડ્રોન, ઉન્નત લેન્ડીંગ ગ્રાઉન્ડ પુનર્જીવિત કરવામાં આવશે.

ઈન્કમ ટેક્સ સ્લેબ- નવી ટેક્સ સ્કીમમાં હવે વધુ પ્રોત્સાહનો મળ્યા છે જેથી લોકો કોઈપણ ખચકાટ વિના જૂનામાંથી નવા તરફ જઈ શકે. અમે કોઈને દબાણ કરતા નથી. પરંતુ નવું હવે આકર્ષક છે કારણ કે તે વધુ ડિસ્કાઉન્ટ આપે છે.

ફ્યુચરિસ્ટિક ફિનટેક સેક્ટર- અમે ભવિષ્યવાદી ફિનટેક સેક્ટર તરફ જોઈ રહ્યા છીએ, ઔદ્યોગિક ક્રાંતિ 4.0 દ્વારા લોકોને તાલીમ આપવામાં આવશે, અમે જીવનના વિવિધ ક્ષેત્રોમાં ડિજિટલ અર્થતંત્ર ખોલવાનો પ્રયાસ કરી રહ્યા છીએ

કૃષિ ધિરાણ- ખેડૂતોને લોન માટે 20 લાખ કરોડ રૂપિયા ઉપલબ્ધ કરાવવામાં આવ્યા છે. પીએમ મત્સ્ય સંપદા યોજના હેઠળ એક પેટા યોજના એ સુનિશ્ચિત કરશે કે દરિયાકાંઠાના વિસ્તારોમાં રહેતા લોકોને તેનો લાભ મળે.

સ્વાસ્થ્ય મંત્રીએ કહ્યું- 2047 સુધીમાં સિકલ સેલ એનિમિયા ખતમ થઈ જશે

આરોગ્ય મંત્રી મનસુખ માંડવિયાએ જણાવ્યું હતું કે આરોગ્ય મંત્રાલય માટે આ બજેટમાં મહત્વની જાહેરાત કરવામાં આવી છે. આરોગ્ય ક્ષેત્રે સંશોધન કરનારાઓ માટે સરકારી લેબ ખોલવામાં આવશે. દેશ જ્યારે આઝાદીની શતાબ્દી ઉજવી રહ્યો છે ત્યારે સિકલ સેલ એનિમિયાથી મુક્ત થવું જોઈએ. સિકલ સેલ એનિમિયા એ આપણી આદિવાસી વસ્તીમાં ખૂબ જ સામાન્ય રોગ છે. આ બજેટમાં જાહેરાત કરવામાં આવી છે કે સિકલ સેલ એનિમિયાને દૂર કરવા માટે મિશન મોડમાં કામ કરવામાં આવશે અને 2047 સુધીમાં તેને નાબૂદ કરવામાં આવશે.

નાણામંત્રી નિર્મલા સીતારમણે બજેટ બાદ મીડિયા સાથે વાત કરતા મોટી જાહેરાત કરી છે. તેમણે કહ્યું કે સરકાર ઘઉંને બજારમાં ઉતારવા જઈ રહી છે. આ પછી બજારમાં ઘઉંના ભાવમાં ઘટાડો થશે. તેમણે કહ્યું કે બજેટ પહેલા જ અમે ઘઉંના ભાવ ઘટાડવા સંબંધિત પગલાં લીધા છે. આ સામાન્ય બજેટમાં નાણામંત્રીએ ઇન્ડિયન રેલવે માટે 2.4 લાખ કરોડની ફાળવણીની ઘોષણા કરી છે સાથે જ રેલવેમાં ખાનગી ક્ષેત્રોની ભાગીદારી વધારવાની પણ જાહેરાત કરી છે. જે

અંતર્ગત તેમણે કહ્યું કે, રેલવેમાં 100 નવી મહત્વની યોજનાઓની ઓળખ કરવામાં આવી છે.

આ વર્ષે, રેલવેને ફાળવવામાં આવનાર ભંડોળ નવા ટ્રેક નાખવા, સેમી-હાઈ-સ્પીડ વંદે ભારત ટ્રેનોની સંખ્યામાં વધારો કરવા, હાઈડ્રોજન સંચાલિત ટ્રેનો તેમજ અમદાવાદ-મુંબઈ બુલેટ ટ્રેન પ્રોજેક્ટને પૂર્ણ કરવા તરફ જશે. મહત્વનું છે કે, વર્ષ 2016માં કેન્દ્ર સરકારે રેલવે બજેટને સામાન્ય બજેટ સાથે મર્જ કરી દીધું હતું. ત્યારથી રેલવે બજેટ અલગથી રજૂ કરવામાં આવતું નથી.

કેન્દ્રીય નાણામંત્રી બજેટ ભાષણ દરમિયાન રેલવે માટે પણ બજેટ રજૂ કરે છે. ભારતીય રેલવેનો મોટો વિકાસ એ ભારતની પ્રથમ સેમી-હાઈ સ્પીડ ટ્રેન "વંદે ભારત એક્સપ્રેસ" ની શરૂઆત છે. 160 કિમી/કલાકની ઝડપે પહોંચવામાં સક્ષમ આ ટ્રેન ભારતીય રેલવેની ઈન્ટિગ્રલ કોચ ફેક્ટરી દ્વારા સ્વદેશી રીતે બનાવવામાં આવી છે. તેમાં ઓનબોર્ડ વાઈ-ફાઈ, જીપીએસ આધારિત પેસેન્જર ઈન્ફોર્મેશન સિસ્ટમ અને સીસીટીવી કેમેરા જેવી ઘણી આધુનિક સુવિધાઓ છે.

આપને જણાવી દઇએ કે, સુરક્ષા અને કાર્યક્ષમતામાં સુધારો કરવા માટે ટેક્નોલોજીનો ઉપયોગ વધારવા પર ભારતીય રેલવેનું ફોકસ એ બીજો મોટો વિકાસ છે. આમાં ટ્રેનો અને સ્ટેશનો પર સીસીટીવી કેમેરાનો ઉપયોગ, ટ્રેન અથડામણને રોકવા માટે ઓટોમેટિક ટ્રેન પ્રોટેક્શન (એટીપી) સિસ્ટમનો અમલ અને ટ્રેનના રીઅલ-ટાઇમ ટ્રેકિંગ માટે જીપીએસ-આધારિત સિસ્ટમનો ઉપયોગ સામેલ છે.. કેન્દ્રીય બજેટ-૨૦૨૩-૨૪- સિગરેટ પીને વાલો સાવધાન, સાયકલ ચલાને વાલો ખૂશ હો જાઓ

પેટ્રોલના ભાવ સામે સાઇકલિંગને પ્રોત્સાહન આપવા પ્રયાસ,સોનુ, ચાંદી. પ્લેટિનમ અને તમાકુ પ્રોડકટસ સિગારેટ વગેરે મોંઘા

"ભારતીય અર્થતંત્ર સાચા માર્ગ પર છે, ઉજ્જવળ ભવિષ્ય તરફ આગળ વધી રહ્યું છે. જનભાગીદારીના પરિણામે સુધારાઓ અને સારી નીતિઓ પરના અમારું ધ્યાન મુશ્કેલ સમયમાં અમને મદદરૂપ થયું છે, અમારી વધતી જતી વૈશ્વિક પ્રોફાઇલ ઘણી સિદ્ધિઓનું પરિણામ છે" – નાણા પ્રધાન નિર્મલા સીતારમન

2014 થી સરકારના પ્રયાસોએ તમામ નાગરિકો માટે જીવનની સારી ગુણવત્તા સુનિશ્ચિત કરી છે. માથાદીઠ આવક બમણીથી વધુ વધીને રૂ. 1.97 લાખ થઈ છે. છેલ્લા 9 વર્ષોમાં ભારતીય અર્થતંત્ર કદમાં વધીને વિશ્વમાં 10મા સ્થાનેથી 5મા ક્રમે છે. વિશ્વએ પણ ભારતને એક તેજસ્વી સ્ટાર તરીકે ઓળખાવ્યું છે. ચાલુ વર્ષ માટે આપણો વિકાસ 7.0% અંદાજવામાં આવ્યો છે. રોગચાળા અને યુદ્ધના કારણે મોટા પાયે વૈશ્વિક મંદી હોવા છતાં આ તમામ મુખ્ય અર્થતંત્રોમાં સૌથી વધુ છે નાણાપ્રધાન નિર્મલા સીતારમણે જણાવ્યું હતું.

નાણામંત્રીએ કહ્યું: "અમૃત કાલ માટેના અમારા વિઝનમાં ટેક્નોલોજી આધારિત અને જ્ઞાન આધારિત અર્થવ્યવસ્થાનો સમાવેશ થાય છે, જેમાં મજબૂત જાહેર નાણાકીય અને મજબૂત નાણાકીય ક્ષેત્ર છે. "સબકા સાથ, સબકા પ્રાર્થના" દ્વારા આ "જનભાગીદારી" હાંસલ કરવી જરૂરી છે.

નાણામંત્રી નિર્મલા સીતારમને કહ્યું કે પ્રધાનમંત્રી ગરીબ કલ્યાણ અન્ન યોજના હેઠળ કેન્દ્ર સરકાર દ્વારા 2 લાખ કરોડ રૂપિયાનો બોજ ઉઠાવવામાં આવી રહ્યો છે. અંત્યોદય યોજના હેઠળ ગરીબોને મફત અનાજનો પુરવઠો એક વર્ષ માટે લંબાવવામાં આવ્યો છે.

નાણામંત્રીએ કહ્યું કે અમારો આર્થિક એજન્ડા નાગરિકો માટે અવસરોની સુવિધાજનક બનાવવા, વિકાસ અને રોજગાર સર્જનને ઝડપથી ગતિ આપવા માટે અને વ્યાપક આર્થિક સ્થિરતાને મજબૂત કરવા ઉપર કેન્દ્રીત છે. કૃષિ સંબંધિત સ્ટાર્ટઅપ્સને પ્રાથમિકતા આપવામાં આવશે. યુવા ઉદ્યોગસાહસિકો દ્વારા એગ્રી-સ્ટાર્ટઅપ્સને પ્રોત્સાહિત કરવા માટે એગ્રીકલ્ચર એક્સિલરેટર ફંડની સ્થાપના કરવામાં આવશે.

નાણાપ્રધાન નિર્મલા સીતારમણે જણાવ્યું હતું કે પરંપરાગત કારીગરો અને કારીગરો માટે PM વિશ્વ કર્મ કૌશલ્ય સન્માન પેકેજની જોગવાઈ કરવામાં આવી છે. જે તેમને MSME મૂલ્ય સાંકળ સાથે સંકલિત કરતી વખતે તેમના ઉત્પાદનોની ગુણવત્તા, સ્કેલ અને પહોંચને સુધારવા માટે સક્ષમ બનાવશે.

નાણામંત્રીએ કહ્યું કે દીન દયાલ અંત્યોદય યોજનાએ ગ્રામીણ મહિલાઓને 81 લાખ SHGમાં લાવીને નોંધપાત્ર સફળતા હાંસલ કરી

છે, અમે આ SHGને આર્થિક સશક્તિકરણના આગલા તબક્કા સુધી પહોંચવામાં મદદ કરવા માટે તેમને મોટા ઉત્પાદક સાહસો બનાવીશું.

પીએમ આવાસ યોજનાનો ખર્ચ 66% વધારીને 79,000 કરોડ કરવામાં આવી રહ્યો છે. બજેટમાં રેલવે માટે રૂ. 2.40 લાખ કરોડનો મૂડી ખર્ચ કરવામાં આવ્યો છે.

નાણામંત્રી નિર્મલા સીતારમને પણ સ્વાસ્થ્ય સંભાળ માટે મોટી જાહેરાત કરી છે. તેમણે કહ્યું કે 2014 થી સ્થપાયેલી હાલની 157 મેડિકલ કોલેજો સાથે સહસ્થાનમાં 157 નવી નર્સિંગ કોલેજો સ્થાપવામાં આવશે.

બજેટ 2023ની સાત પ્રાથમિક્તાઓ છે જેમાં વિકાસ, છેવાડા સુધી પહોંચવું, પાયાના માળખા, રોકાણ, ક્ષમતાને ઉજાકર કરવી, ગ્રીન ગ્રો, યુવા શક્તિ અને નાણાકિય ક્ષેત્ર

કયા સેક્ટરમાં કેટલો ખર્ચ કરવામાં આવશે

- રેલવે પર રૂ. 2.4 લાખ કરોડ
- નવી રેલવે યોજનાઓ માટે 75 હજાર કરોડ રૂપિયા
- કૃષિ ક્ષેત્રમાં લોન – રૂ. 20 લાખ કરોડ
- આદિવાસી મિશન – 15 હજાર કરોડ રૂપિયા
- મત્સ્યોદ્યોગ – 6 હજાર કરોડ રૂપિયા
- પીએમ આવાસ યોજના માટે 79 હજાર કરોડ રૂપિયા
- કર્ણાટકમાં દુષ્કાળ માટે – રૂ. 5300 કરોડ
- સ્વચ્છ પ્લાન્ટ કાર્યક્રમ – રૂ. 2200 કરોડ

નાણામંત્રી નિર્મલા સીતારમણે કહ્યું કે પ્રધાનમંત્રી કૌશલ વિકાસ યોજના 4.0 શરૂ કરવામાં આવશે. આંતરરાષ્ટ્રીય તકો માટે યુવાનોને કૌશલ્ય બનાવવા માટે 30 સ્કિલ ઈન્ડિયા રાષ્ટ્રીય ક્ષેત્રો ખોલવામાં આવશે.

નાણામંત્રી નિર્મલા સીતારમણે કહ્યું કે 740 એકલવ્ય મોડલ રેસિડેન્શિયલ સ્કૂલો માટે આગામી 3 વર્ષમાં 38,000 શિક્ષકો અને સહાયક કર્મચારીઓની ભરતી કરવામાં આવશે.

નાણામંત્રીએ વરિષ્ઠ નાગરિકો અને મહિલાઓ માટે મોટી જાહેરાત કરી છે. નાણામંત્રીએ કહ્યું કે સિનિયર સિટીઝન એકાઉન્ટ સ્કીમની મર્યાદા 4.5 લાખથી વધારીને 9 લાખ કરવામાં આવશે. મહિલા સન્માન બચત પત્ર યોજના શરૂ થશે. આમાં મહિલાઓને 2 લાખ રૂપિયાની બચત પર 7.5% વ્યાજ મળશે.

આવકવેરાની મર્યાદામાં વધારો કરવામાં આવ્યો છે. હવે 7 લાખ રૂપિયા સુધી ટેક્સ નહીં લાગે.

કેન્દ્રીય બજેટના પોઇન્ટ્સ

- દેશમાં ડિજિટલ અને UPI ચૂકવણી વધી
- બાળકો અને યુવાનો માટે ડિજિટલ લાઇબ્રેરી
- મેડિકલ ઇક્વિપમેન્ટ મેકિંગ કોર્સ શરૂ થશે
- બરછટ અનાજને પ્રાધાન્ય આપવાનો પ્રચાર
- નબળા ખેડૂતો માટે સહકારી મોડલ
- મેડિકલ કોલેજ માટે લેબની વ્યવસ્થા
- 2047 સુધીમાં એનિમિયા દૂર કરશે
- 2047 સુધીમાં બાળકોમાં એનિમિયા દૂર કરશે
- ઓછા વિકસિત બ્લોક્સને ઓળખીને વિકાસ
- આધાર, કોવિન, UPIથી વિકાસની ગતિને મદદ
- દેશમાં ડિજિટલ અને UPI પેમેન્ટમાં વધારો થયો
- આર્ટિફિશિયલ ઈન્ટેલિજન્સ – સેન્ટર ઓફ એક્સેલન્સ માટે કેન્દ્રની સ્થાપના કરવામાં આવશે
- યુપીઆઈ દ્વારા 126 લાખ કરોડની ચુકવણી
- 7400 કરોડનું ડિજિટલ પેમેન્ટ કર્યું છે
- ડિજિલોકરની એક સંકલિત સિસ્ટમ લાગુ કરવામાં આવશે. જેમાં જે દસ્તાવેજો છે તેનો ઉપયોગ વિવિધ બેંકો, વ્યવસાયો, સરકારી એજન્સીઓ કરી શકશે.
- સ્માર્ટ ક્લાસરૂમ, હેલ્થકેરના ક્ષેત્રમાં 5G સેવાઓનો ઉપયોગ કેવી રીતે કરી શકાય તેના પર કામ કરવામાં આવશે
- વૈકલ્પિક ઉર્જાના વિકાસ પર ધ્યાન
- હાઇડ્રોજન મિશન માટે 19700 કરોડ

- ગ્રીન ક્રેડિટ પ્રોગ્રામ નોટિફાઇડ કરવામાં આવશે
- PM પ્રણામ યોજના શરૂ કરવામાં આવશે
- ગોવર્ધન યોજના
- ગ્રીન ડેવલપમેન્ટ પર સરકારનો ભાર
- 500 નવી વેસ્ટ ટુ વેલ્થ યોજનાઓ

5જી સેવાઓ માટે જરૂરી ઍપ્સ વિકસાવવા માટે ઇજનેરી સંસ્થાઓમાં 100 લૅબ વિકસાવવામાં આવશે. જેમાં સ્માર્ટ ક્લાસરૂમ અને કૃષિ, પરિવહન ક્ષેત્રે તેનો ઉપયોગ કરવામાં આવશે. 'મૅક એઆઈ વર્ક ફૉર ઇન્ડિયા'ને પ્રોત્સાહન આપવા માટે ટોચની ત્રણ સંસ્થાઓમાં ત્રણ એઆઈ સેન્ટર ઊભાં કરાશે. આગામી ત્રણ વર્ષ દરમિયાન લાખો યુવાનોમાં કૌશલવર્ધન માટે 'પ્રધાન મંત્રી કૌશલ વર્ધન યોજના 4.0' ચલાવવામાં આવશે. જેમાં કોડિંગ, રોબોટિક્સ, ડ્રૉન, આર્ટિફિશિયલ ઇન્ટેલિજન્સ વગેરે કૌશલ્ય વધરાવામાં આવશે. 30 'સ્કિલ ઇન્ડિયા ઇન્ટરનેશલ સેન્ટર' ઊભાં કરવામાં આવશે.

સ્ટાર્ટ-અપ અને શૈક્ષણિક સંસ્થાઓને રિસર્ચ માટે જરૂરી ડેટા અનામી રીતે મળી રહે તે માટે નેશનલ ડેટા ગવર્નન્સ પૉલિસી લાવવામાં આવશે.

અન્ય મહત્ત્વપૂર્ણ જોગવાઈઓ

'પીએમ ગરીબ અન્ન કલ્યાણ યોજના' હેઠળ પહેલી જાન્યુઆરીથી એક વર્ષ માટે નિઃશુલ્ક અનાજ આપવામાં આવશે. જે માટે રાજ્યોએ કશું ચૂકવવાનું નહીં રહે, આ માટે કેન્દ્ર સરકાર રૂ. બે લાખ કરોડનો ખર્ચ ભોગવશે.

પીએમ આવાસ યોજના માટે રૂ. 79 હજાર કરોડની ફાળવણી કરવામાં આવશે, જે 66 ટકાની વૃદ્ધિ સૂચવે છે.

રેલવેને મૂડીખર્ચ માટે બે લાખ 40 હજાર કરોડ ફાળવવામાં આવ્યા. ટ્રાન્સપોર્ટ માટેના 100 મોટા પ્રોજેક્ટ માટે રૂ. 75 હજાર કરોડની ફાળવણી કરવામાં આવશે, જેમાંથી 15 હજાર કરોડ ખાનગી સ્રોતોમાંથી ઊભા કરવામાં આવશે.

રાજ્ય સરકારોને 15 વર્ષ માટેનું વ્યાજમુક્ત ધિરાણ એક વર્ષ માટે લંબાવવામાં આવ્યું. અનુસૂચિત જાતિના મિશન માટે આગામી ત્રણ

વર્ષ દરમિયાન રૂ. 15 હજાર કરોડનો ખર્ચ કરવામાં આવશે.

દેશમાં અવિકસિત 50 એરપોર્ટ હેલિપોર્ટ અને ઍરોડ્રામ વિકસાવવામાં આવશે. જેથી કરીને પ્રાદેશિક પરિવહન સુદૃઢ બને. કંપનીઓ માટેની 39 હજાર જેટલી જોગવાઈઓને ઘટાડવામાં આવી. આ સિવાય ત્રણ હજાર 400 જેટલી કાયદાકીય જોગવાઈઓના ભંગ માટેની ગુનાહિત જોગવાઈઓને દૂર કરવામાં આવી. એક હજાર 536 જોગવાઈઓને દૂર કરવામાં આવી. જેના કારણે વેપારમાં સુગમતા માટે 190 અર્થતંત્રમાંથી 63મા ક્રમે પહોંચીગયું.

અંદાજપત્ર 2023-24નો સારાંશ: કેન્દ્રીય અંદાજપત્ર 2023-24માં અમૃતકાળ માટે વિઝન રજૂ કરવામાં આવ્યું છે જે સશક્ત અને સમાવેશી અર્થતંત્ર માટે બ્લૂપ્રિન્ટ છે.

- ચાર પરિવર્તનાત્મક તકો પર આધારિત ત્રિ-પરિમાણીય ધ્યાન અમૃતકાળના પાયાનું નિર્માણ કરે છે

- મૂડીગત રોકાણ ખર્ચને 33% વધીને રૂ. 10 લાખ કરોડ કરવામાં આવ્યો છે

- અસરકારક મૂડી ખર્ચ GDPના 4.5% છે

- 2023-24માં રાજકોષીય ખાધ GDPના 5.9% હોવાનો અંદાજ છે

- વાસ્તવિક GDP વૃદ્ધિદર નાણાકીય વર્ષ 2022-23માં 7 ટકા રહેવાનું અનુમાન છે

- નિકાસની વૃદ્ધિનો દર વર્ષ 2023માં 12.5 ટકા રહેવાનું અનુમાન છે

- ઉચ્ચ મૂલ્યના બાગાયતી પાકો માટે ગુણવત્તાયુક્ત વાવેતર સામગ્રીની ઉપલબ્ધતાને પ્રોત્સાહન આપવા માટે 2200 કરોડ રૂપિયાના ખર્ચે આત્મનિર્ભર સ્વચ્છ પ્લાન્ટ કાર્યક્રમ શરૂ કરવામાં આવશે

- 157 નવી નર્સિંગ કોલેજોની સ્થાપના કરવામાં આવશે

- પીઍમ આવાસ યોજના માટેનો ખર્ચ 66 ટકા વધીને રૂ. 79,000 કરોડથી વધુ કરવામાં આવ્યો

- રેલ્વે માટે અત્યાર સુધીમાં સૌથી વધારે રૂ. 2.40 લાખ કરોડનો મૂડીગત ખર્ચ પૂરો પાડવામાં આવ્યો છે

ભારતની આઝાદીના 75માં વર્ષમાં, દુનિયાએ ભારતના અર્થતંત્રને એક 'તેજસ્વી તારલા' તરીકે ઓળખાવ્યું છે કારણ કે આર્થિક વૃદ્ધિ 7 ટકા હોવાનું અનુમાન છે, જે કોવિડ-19 અને રશિયા-યુક્રેન યુદ્ધ વચ્ચે પણ તમામ મોટી અર્થવ્યવસ્થાઓમાં સૌથી વધુ છે. કેન્દ્રીય નાણાં અને કોપોરેટ બાબતોના મંત્રી શ્રીમતી નિર્મલા સીતારમણ આજે સંસદમાં કેન્દ્રીય અંદાજપત્ર 2023-24 રજૂ કરી રહ્યા હતા ત્યારે તેમણે આ બાબત જણાવી હતી. તેમણે ભારપૂર્વક જણાવ્યું હતું કે, ભારતીય અર્થતંત્ર સાચા માર્ગ પર છે અને પડકારોનો સમય હોવા છતાં, ઉજ્જવળ ભવિષ્ય તરફ આગળ વધી રહ્યું છે.

શ્રીમતી સીતારમણે જણાવ્યું હતું કે, આ અંદાજપત્ર અગાઉના અંદાજપત્રમાં નાંખવામાં આવેલા પાયા પર અને ભારત@100 માટે તૈયાર કરાયેલી બ્લૂ પ્રિન્ટ રહેવાની આશા રાખે છે, જેમાં એક સમૃદ્ધ અને સર્વસમાવેશી ભારતની કલ્પના કરવામાં આવી છે, જ્યાં વિકાસના ફળ તમામ પ્રદેશો અને નાગરિકો, ખાસ કરીને આપણા યુવાનો, મહિલાઓ, ખેડૂતો, OBC, અનુસૂચિત જાતિ અને અનુસૂચિત જનજાતિ સુધી પહોંચે તેવા રહેશે છે.

નાણાં મંત્રીએ કહ્યું હતું કે, ભારતની વધતી વૈશ્વિક પ્રોફાઇલ અનોખા વિશ્વ કક્ષાના ડિજિટલ જાહેર ઇન્ફ્રાસ્ટ્રક્ચર, આધાર, કો-વિન (Co-Win) અને UPI; અપ્રતિમ વ્યાપકતા અને ઝડપે હાથ ધરવામાં આવેલા કોવિડ-19 રસીકરણ અભિયાન; આબોહવા સંબંધિત ધ્યેયો પ્રાપ્ત કરવા, મિશન LiFE અને રાષ્ટ્રીય હાઇડ્રોજન મિશન જેવા અગ્રેસર ક્ષેત્રોમાં સક્રિય ભૂમિકા જેવી અનેક સિદ્ધિઓને કારણે છે

તેમણે વધુમાં કહ્યું હતું કે, કોવિડ-19 મહામારી દરમિયાન, સરકારે સુનિશ્ચિત કર્યું છે કે, 80 કરોડથી વધુ લોકોને 28 મહિના માટે મફત અનાજ પૂરું પાડવાની યોજનાની મદદથી કોઇ પણ વ્યક્તિને ભૂખ્યા સુવાની નોબત ન આવે. મંત્રીશ્રીએ ઉમેર્યું હતું કે, ખોરાક અને પોષણ સુરક્ષા સુનિશ્ચિત કરવા માટે કેન્દ્રની પ્રતિબદ્ધતા સાથે આગળ વધીને, સરકાર 1 જાન્યુઆરી 2023 થી, પ્રધાનમંત્રી ગરીબ કલ્યાણ અન્ન યોજના (PMGKAY) હેઠળ તમામ અંત્યોદય અને પ્રાથમિકતા ધરાવંતા પરિવારોને મફત અનાજ પૂરું પાડવાની યોજના અમલમાં મૂકી રહી છે. કેન્દ્ર સરકાર લગભગ 2 લાખ કરોડ રૂપિયાનો કુલ ખર્ચ

આ યોજના પાછળ ઉઠાવશે.

નાણાં મંત્રીએ એ બાબતે સૌનું ધ્યાન દોર્યું હતું કે, વૈશ્વિક પડકારોના આ સમયમાં; G20ની અધ્યક્ષતા ભારતને વૈશ્વિક આર્થિક વ્યવસ્થામાં પોતાની ભૂમિકા મજબૂત કરવાની અનન્ય તક આપે છે. તેમણે ઉમેર્યું હતું કે, 'વસુધૈવ કુટુમ્બકમ' ની થીમ સાથે, ભારત વૈશ્વિક પડકારોનો સામનો કરવા અને દીર્ઘકાલિન આર્થિક વિકાસને સરળ બનાવવા માટે મહત્ત્વાકાંક્ષી, લોક-કેન્દ્રિત એજન્ડાનું સંચાલન કરી રહ્યું છે.

શ્રીમતી સીતારમણે જણાવ્યું હતું કે 2014 થી સરકારના નિરંતર પ્રયાસોએ તમામ નાગરિકો માટે જીવનની સારી ગુણવત્તા અને ગૌરવપૂર્ણ જીવન સુનિશ્ચિત કર્યું છે અને માથાદીઠ આવક બમણાં કરતાં વધુ વધીને રૂ. 1.97 લાખ થઇ ગઇ છે. તેમણે કહ્યું હતું કે, આ નવ 9 વર્ષ દરમિયાન, ભારતીય અર્થતંત્રનું કદ વધીને વિશ્વમાં 10મા સ્થાને હતું તેમાંથી હવે 5મા ક્રમે થઇ ગયું છે. આ ઉપરાંત, EPFOમાં સભ્યોની સંખ્યામાં થઇ રહેલી વૃદ્ધિમાં પ્રતિબિંબિત થાય છે તે મુજબ અર્થતંત્ર વધુ ઔપચારિક બન્યું છે, જે બમણી થઇને 27 કરોડ થઇ ગઇ છે અને એવી જ રીતે 2022 માં UPI દ્વારા રૂ. 126 લાખ કરોડની 7,400 કરોડ ડિજિટલ ચુકવણીઓ થઇ છે.

નાણાં મંત્રીએ એ બાબતે ધ્યાન દોર્યું હતું કે, લક્ષ્યાંકિત લાભોના સાર્વત્રિકરણ સાથે ઘણી યોજનાઓના કાર્યક્ષમ અમલીકરણના પરિણામે સમાવેશી વિકાસ સુનિશ્ચિત થયો છે અને કેટલીક યોજનાઓનો ઉલ્લેખ કર્યો હતો જેમ કે, સ્વચ્છ ભારત મિશન હેઠળ 11.7 કરોડ ઘરગથ્થુ શૌચાલય, ઉજ્જવલા હેઠળ 9.6 કરોડ LPG કનેક્શન આપવામાં આવ્યા, 102 કરોડ વ્યક્તિઓને કોવિડ રસીકરણના 220 કરોડ ડોઝ આપવામાં આવ્યા, 47.8 કરોડ પીએમ જન ધન બેંક ખાતા ખોલવામાં આવ્યા, પીએમ સુરક્ષા વીમા અને પીએમ જીવન જ્યોતિ યોજના હેઠળ 44.6 કરોડ વ્યક્તિઓ માટે વીમા કવચ આપવામાં આવ્યું અને પીએમ કિસાન સન્માન નિધિ હેઠળ 11.4 કરોડથી વધુ ખેડૂતોને 2.2 લાખ કરોડ રૂપિયાની રોકડ રકમ તેમના ખાતામાં ટ્રાન્સફર કરવામાં આવી.

નાણાં મંત્રીએ કહ્યું હતું કે, અમૃતકાળ માટેના અમારા વિઝનમાં મજબૂત જાહેર નાણાંકીય સ્થિતિ સાથે ટેકનોલોજિ આધારિત અને જ્ઞાન

આધારિત અર્થતંત્ર અને મજબૂત નાણાકીય ક્ષેત્રનો સમાવેશ થાય છે અને આ બધુ પ્રાપ્ત કરવા માટે સબકા સાથ સબકા પ્રયાસ દ્વારા જન ભાગીદારી જરૂરી છે. તેમણે ઉમેર્યું હતું કે આ વિઝનને પ્રાપ્ત કરવા માટેનો આર્થિક એજન્ડા ત્રણ બાબતો પર ધ્યાન કેન્દ્રિત કરે છે અને તે નાગરિકો, જેમાં ખાસ કરીને યુવાનોને તેમની આકાંક્ષાઓને પૂર્ણ કરવા માટે પૂરતી તકો પૂરી પાડે છે, બીજું કે, વૃદ્ધિ અને રોજગાર સર્જનને મજબૂત પ્રોત્સાહન પૂરું પાડે છે અને અંતે મેક્રો-ઇકોનોમિક સ્થિરતાને મજબૂત બનાવે છે. તેમણે ઉમેર્યું હતું કે, ભારત@100ની આપણી સફરમાં આ ધ્યાનમાં રાખવા માટેના ક્ષેત્રોની જરૂરિયાતોને પૂરી કરવા માટે, અમૃતકાળ દરમિયાન નીચેની ચાર તકો પરિવર્તનકારી સાબિત થઇ શકે છે-

મહિલાઓનું આર્થિક સશક્તિકરણ: દીનદયાળ અંત્યોદય યોજના રાષ્ટ્રીય ગ્રામીણ આજીવિકા મિશન એ ગ્રામીણ મહિલાઓને 81 લાખ સ્વ-સહાય સમૂહોમાં એકત્ર કરીને નોંધપાત્ર સફળતા પ્રાપ્ત કરી છે અને અમે આ સમૂહોને મોટા ઉત્પાદક સાહસો અથવા સામૂહિક સંસ્થાઓની રચના દ્વારા આર્થિક સશક્તિકરણના આગલા તબક્કા સુધી પહોંચવામાં સક્ષમ બનાવી શકાય તેવું સુનિશ્ચિત કરીશું જેમાં દરેકમાં હજારો સભ્યો હશે અને તેમનું સંચાલન વ્યવસાયિક રીતે કરવામાં આવશે.

પીએમ વિશ્વકર્મા કૌશલ સન્માન (PM VIKAS): સદીઓથી, પરંપરાગત કારીગરો અને શિલ્પકારો, કે જેઓ તેમના હાથ વડે વિવિધ સાધનોનો ઉપયોગ કરીને કામ કરે છે, તેઓ ભારતને ખૂબ જ ગૌરવ અપાવ્યું છે અને તેઓને સામાન્ય રીતે વિશ્વકર્મા તરીકે ઓળખવામાં આવે છે. તેમના દ્વારા બનાવવામાં આવેલી કલા અને હસ્તકલા આત્મનિર્ભર ભારતની સાચી ભાવના રજૂ કરે છે.

નાણાં મંત્રીએ માહિતી આપી હતી કે, પ્રથમ વખત તેમના માટે સહાયતાના પેકેજની કલ્પના કરવામાં આવી છે અને નવી યોજના તેમને તેમના ઉત્પાદનોની ગુણવત્તા, વ્યાપકતા અને પહોંચમાં સુધારો લાવવા માટે સક્ષમ બનાવશે, તેમને MSME મૂલ્ય સાંકળ સાથે સંકલિત કરશે. આ યોજનાના ઘટકોમાં માત્ર નાણાકીય સહાય જ નહીં પરંતુ અદ્યતન કૌશલ્ય તાલીમ, આધુનિક ડિજિટલ ટેકનોલોજીઓ

અને કાર્યક્ષમ ગ્રીન ટેક્નોલોજીઓનું જ્ઞાન, બ્રાન્ડ પ્રચાર, સ્થાનિક અને વૈશ્વિક બજારો સાથે જોડાણ, ડિજિટલ ચુકવણી અને સામાજિક સુરક્ષાનો પણ સમાવેશ કરવામાં આવશે. આનાથી અનુસૂચિત જાતિ, અનુસૂચિત જનજાતિ, OBC, મહિલાઓ અને નબળા વર્ગના લોકોને ખૂબ જ સારો ફાયદો થશે.

પર્યટન: નાણાં મંત્રીએ કહ્યું હતું કે દેશ સ્થાનિક તેમજ વિદેશી પ્રવાસીઓ માટે ખૂબ જ આકર્ષણ પ્રદાન કરે છે, કારણ કે પર્યટનમાં ઉપયોગ કરવાની મોટી સંભાવના છે. તેમણે ઉમેર્યું હતું કે આ ક્ષેત્ર ખાસ કરીને યુવાનો માટે નોકરીઓ તેમજ ઉદ્યોગસાહસિકતા માટેની વિશાળ તકો ધરાવે છે અને તેમણે એવું પણ ભારપૂર્વક જણાવ્યું હતું કે, રાજ્યોની સક્રિય ભાગીદારી, સરકારી કાર્યક્રમો અને જાહેર-ખાનગી ભાગીદારી દ્વારા મિશન મોડ પર પ્રવાસન ક્ષેત્રને પ્રોત્સાહન આપવામાં આવશે.

હરિત વિકાસ (ગ્રીન ગ્રોથ): હરિત વિકાસના વિષય પર વાત કરતાં, નાણાં મંત્રીએ કહ્યું હતું કે ભારત ગ્રીન ફ્યુઅલ (હરિત ઇંધણ), ગ્રીન એનર્જી (હરિત ઉર્જા), ગ્રીન ફાર્મિંગ (હરિત કૃષિ), ગ્રીન મોબિલિટી (હરિત પરિવહન), ગ્રીન બિલ્ડિંગ્સ (હરિત ભવન) અને ગ્રીન ઇક્વિપમેન્ટ (હરિત ઉપકરણ) તેમજ વિવિધ આર્થિક ક્ષેત્રોમાં ઊર્જાના કાર્યક્ષમ ઉપયોગ માટે નીતિઓ માટે ઘણા કાર્યક્રમો અમલમાં મૂકી રહ્યું છે. નાણાં મંત્રીએ જણાવ્યું હતું કે, હરિત વિકાસ સાથે સંકળાયેલા આ પ્રયાસોથી દેશની અર્થ વ્યવસ્થાની કાર્બન તીવ્રતામાં ઘટાડો કરવાં ઘણી મદદ મળે અને તેની સાથે સાથે મોટી સંખ્યામાં હરિત રોજગારીની તકો પણ ઉપલબ્ધ થાય છે.

શ્રીમતી નિર્મલા સીતારમણે કેન્દ્રીય અંદાજપત્રની સાત પ્રાથમિકતાઓની યાદી આપી અને કહ્યું હતું કે, તેઓ એકબીજાના પૂરક છે અને અમૃતકાળ દ્વારા આપણને માર્ગદર્શન આપતા 'સપ્તર્ષિ' તરીકે કાર્ય કરે છે. તે નીચે મુજબ છે: 1) સર્વસમાવેશી વિકાસ 2) છેલ્લા માઇલ સુધી પહોંચવું 3) ઇન્ફ્રાસ્ટ્રક્ચર અને રોકાણ 4) સંભાવનાઓને ઉજાગર કરવી 5) હરિત વિકાસ 6) યુવા શક્તિ 7) નાણાકીય ક્ષેત્ર

પ્રાથમિકતા 1: સર્વસમાવેશી વિકાસ

સબકા સાથ સબકા વિકાસની સરકારની ફિલસૂફીએ ખાસ કરીને ખેડૂતો, મહિલાઓ, યુવાનો, OBC, અનુસૂચિત જાતિ, અનુસૂચિત જનજાતિ, દિવ્યાંગજન અને આર્થિક રીતે નબળા વર્ગો તેમજ વંચિતો માટે એકંદર પ્રાથમિકતા (વંચિતો કો વરિયાતા)માં સર્વસમાવેશી વિકાસની સુવિધા આપી છે. જમ્મુ અને કાશ્મીર, લદ્દાખ અને ઉત્તર-પૂર્વ ક્ષેત્ર પર પણ સતત ધ્યાન કેન્દ્રિત કરવામાં આવ્યું છે. આ અંદાજપત્ર તે પ્રયાસોને આગળ વધારી રહ્યું છે.

કૃષિ અને સહકાર

કૃષિ માટે ડિજિટલ જાહેર ઇન્ફ્રાસ્ટ્રક્ચર

નાણાં મંત્રીએ જણાવ્યું હતું કે કૃષિ માટે ડિજિટલ જાહેર માળખાકીય સુવિધાઓને ઓપન સોર્સ, ઓપન સ્ટાન્ડર્ડ અને ઇન્ટર ઓપરેબલ પબ્લિક ગુડ તરીકે તૈયાર કરવામાં આવશે. તેમણે વધુમાં જણાવ્યું હતું કે, પાકના આયોજન અને આરોગ્ય માટે ઉપલબ્ધ સૂચના માહિતી સેવાઓ, ફાર્મ ઇનપુટ પ્રત્યે બહેતર સુલભતા, ધિરાણ અને વીમામાં સુધારેલ ઍક્સેસ, પાકના આકલન માટે સહાયતા, બજારની માહિતી અને કૃષિ ટેકનોલોજીના વિકાસને સમર્થન અને સ્ટાર્ટ-અપ્સને મદદ દ્વારા એક સમાવેશી ખેડૂત કેન્દ્રિત સંસાધન શક્ય બની શકશે.

કૃષિ વર્ધક ભંડોળ

નાણાં મંત્રીએ એવી જાહેરાત કરી છે કે ગ્રામીણ વિસ્તારોમાં યુવા ઉદ્યોગ સાહસિકો દ્વારા કૃષિ સ્ટાર્ટઅપ્સને પ્રોત્સાહિત કરવા માટે એક કૃષિ વર્ધક ભંડોળ (એગ્રીકલ્ચર એક્સિલરેટર ફંડ)ની સ્થાપના કરવામાં આવશે, જેનો ઉદ્દેશ્ય ખેડૂતોને જે પડકારોનો સામનો કરવો પડે છે તેના માટે નવતર અને પોસાય તેવા ઉકેલો લાવવાનો હશે. તે કૃષિ પદ્ધતિઓમાં પરિવર્તન લાવવા, ઉત્પાદકતા અને નફાકારકતામાં વધારો કરવા માટે આધુનિક ટેકનોલોજીઓ પણ લાવશે.

કપાસના પાકની ઉત્પાદકતામાં વધારો

વધુ લાંબા મુખ્ય કપાસની ઉત્પાદકતામાં વધારો કરવા માટે, સરકાર જાહેર ખાનગી ભાગીદારી (PPP) દ્વારા ક્લસ્ટર આધારિત અને મૂલ્ય શ્રંખલાનો અભિગમ અપનાવશે. આનો અર્થ એવો છે કે, ખેડૂતો, રાજ્ય અને ઉદ્યોગો વચ્ચે ઇનપુટ સપ્લાય, વિસ્તરણ સેવાઓ અને બજાર જોડાણ માટે સહયોગ વધશે.

આત્મનિર્ભર બાગાયત સ્વચ્છ છોડ કાર્યક્રમ

શ્રીમતી નિર્મલા સીતારમણે એવી જાહેરાત કરી હતી કે, સરકાર રૂ. 2,200 કરોડના ખર્ચે ઉચ્ચ મૂલ્યના બાગાયતી પાકો માટે રોગમુક્ત, ગુણવત્તાયુક્ત છોડ સામગ્રીની ઉપલબ્ધતાને પ્રોત્સાહન આપવા માટે આત્મનિર્ભર સ્વચ્છ છોડ કાર્યક્રમ શરૂ કરશે.

બાજરી માટે વૈશ્વિક કેન્દ્ર: 'શ્રી અન્ન'

શ્રીમતી સીતારમણે પ્રધાનમંત્રીની વાતનો ઉલ્લેખ કરતા કહ્યું હતું કે, "ભારત બાજરીને લોકપ્રિય બનાવવાના કામમાં સૌથી મોખરે છે, જેના વપરાશથી પોષણ, ખાદ્ય સુરક્ષા અને ખેડૂતોના કલ્યાણને આગળ ધપાવી શકાય છે". તેમણે કહ્યું હતું કે ભારત, સમગ્ર વિશ્વમાં 'શ્રી અન્ન'નો સૌથી મોટો ઉત્પાદક છે અને બીજા નંબરનો સૌથી મોટો નિકાસકાર છે કારણ કે તે જુવાર, રાગી, બાજરી, કુદ્દ, રામદાણા, કંગની, કુટકી, કોડો, ચીના અને સમા જેવા વિવિધ પ્રકારના 'શ્રી અન્ન' ઉગાડે છે.

તેમણે ઉલ્લેખ કર્યો કે આનાથી અનેક પ્રકારના સ્વાસ્થ્ય લાભો મળે છે, અને તે સદીઓથી આપણા ખોરાકનો અભિન્ન ભાગ છે અને ગર્વ સાથે સ્વીકાર્યું હતું કે નાના ખેડૂતો દ્વારા આ 'શ્રી અન્ન'ને ઉગાડીને સાથી નાગરિકોના સ્વાસ્થ્યમાં યોગદાન આપવામાં મોટી સેવા કરવામાં આવી છે. તેમણે ઉમેર્યું હતું કે ભારતને 'શ્રી અન્ન' માટે વૈશ્વિક હબ બનાવવા માટે, ઇન્ડિયન ઇન્સ્ટિટ્યુટ ઓફ મિલેટ રિસર્ચ, હૈદરાબાદને આંતરરાષ્ટ્રીય સ્તરે શ્રેષ્ઠ પ્રથાઓ, સંશોધન અને તકનીકો શેર કરવા માટે સેન્ટર ઓફ એક્સલન્સ તરીકે સમર્થન આપવામાં આવશે.

કૃષિ ધિરાણ

ખેડૂતો માટે લેવામાં આવતા કલ્યાણકારી પગલાં પર ધ્યાન આપતા, નાણાં મંત્રીએ જાહેરાત કરી છે કે પશુપાલન, ડેરી અને મત્સ્યઉદ્યોગ પર ધ્યાન કેન્દ્રિત કરીને કૃષિ ધિરાણનો લક્ષ્યાંક વધારીને રૂ. 20 લાખ કરોડ કરવામાં આવશે.

તેમણે વધુમાં માહિતી આપી હતી કે સરકાર માછીમારો, માછલી વેચનારાઓ અને સૂક્ષ્મ તેમજ નાના સાહસોની પ્રવૃત્તિઓને વધુ સક્ષમ કરવા માટે, મૂલ્ય શૃંખલાની કાર્યક્ષમતામાં સુધારો કરવા અને બજારને વિસ્તૃત કરવા માટે 6,000 કરોડ રૂપિયાના લક્ષ્યાંકિત રોકાણ

સાથે પીએમ મત્સ્ય સંપદા યોજનાની નવી પેટા યોજના શરૂ કરશે.

સહકારિતા

ખેડૂતો, જેમાં ખાસ કરીને નાના અને સીમાંત ખેડૂતો તેમજ અન્ય વંચિત વર્ગો માટે, સરકાર સહકારિતા આધારિત આર્થિક વિકાસ મોડલને પ્રોત્સાહન આપી રહી છે. 'સહકાર સે સમૃદ્ધિ'ના વિઝનને સાકાર કરવા માટે એક નવા સહકાર મંત્રાલયની રચના કરવામાં આવી હતી. આ વિઝનને સાકાર કરવા માટે, સરકારે રૂ. 2,516 કરોડના રોકાણ સાથે 63,000 પ્રાઇમરી એગ્રીકલ્ચરલ ક્રેડિટ સોસાયટીઓ (PACS)નું કોમ્પ્યુટરાઇઝેશન શરૂ કરી દીધું છે.

તમામ હિતધારકો અને રાજ્યો સાથે પરામર્શ કરીને, PACS માટે મોડલ પેટા-નિયમો ઘડવામાં આવ્યા હતા જે તેમને બહુલક્ષી PACS બનવા સક્ષમ બનાવે છે. સહકારી મંડળીઓના દેશવ્યાપી મેપિંગ માટે રાષ્ટ્રીય સહકારી ડેટાબેઝ તૈયાર કરવાનું કામ પણ અત્યારે ચાલી રહ્યું છે.

શ્રીમતી સીતારમણે જણાવ્યું હતું કે સરકાર મોટા પાયે વિકેન્દ્રિત સંગ્રહ ક્ષમતા સ્થાપવાની યોજના અમલમાં મૂકશે. તે ખેડૂતોને તેમની પેદાશોનો સંગ્રહ કરવામાં અને યોગ્ય સમયે વેચાણ દ્વારા લાભદાયી ભાવ પ્રાપ્ત કરવામાં મદદ કરશે. સરકાર આગામી 5 વર્ષ દરમિયાન બાકી રહી ગયેલી પંચાયતો અને ગામડાઓમાં મોટી સંખ્યામાં વિવિધલક્ષી સહકારી મંડળીઓ, પ્રાથમિક મત્સ્યોદ્યોગ મંડળીઓ અને ડેરી સહકારી મંડળીઓની સ્થાપનાની સુવિધા પણ પૂરી પાડશે.

આરોગ્ય, શિક્ષણ અને કૌશલ્ય

મેડિકલ અને નર્સિંગ કોલેજો

નાણાં મંત્રીએ એવી જાહેરાત કરી હતી કે 2014 થી સ્થાપવામાં આવેલી હાલની 157 મેડિકલ કોલેજો સાથે સહ-સ્થાનિક 157 નવી નર્સિંગ કોલેજોની સ્થાપના કરવામાં આવશે. તેમણે એવી પણ માહિતી આપી હતી કે, 2047 સુધીમાં સિકલ સેલ એનિમિયાને દૂર કરવા માટે એક મિશન શરૂ કરવામાં આવશે, જે કેન્દ્રીય મંત્રાલયો અને રાજ્ય સરકારોના સહયોગી પ્રયાસો દ્વારા જાગૃતિ નિર્માણ, અસરગ્રસ્ત આદિવાસી વિસ્તારોમાં 0-40 વર્ષની વય સમૂહના 7 કરોડ લોકોની સાર્વત્રિક તપાસ અને પરામર્શનો સમાવેશ થાય છે. તબીબી સંશોધન

અંગે તેમણે જણાવ્યું હતું કે સહયોગી સંશોધન અને આવિષ્કારને પ્રોત્સાહિત કરવા માટે જાહેર અને ખાનગી મેડિકલ કોલેજની ફેકલ્ટી અને ખાનગી ક્ષેત્રની સંશોધન અને વિકાસ ટીમો દ્વારા સંશોધન માટે પસંદગીની ICMR લેબોરેટરીઓમાં સુવિધાઓ ઉપલબ્ધ કરાવવામાં આવશે.

નાણાં મંત્રીએ ફાર્માસ્યુટિકલ આવિષ્કારના વિષય પર વાત કરતા માહિતી આપી હતી કે ફાર્માસ્યુટિકલ્સમાં સંશોધન અને નવીનતાને પ્રોત્સાહન આપવા માટે એક નવો કાર્યક્રમ શ્રેષ્ઠતા કેન્દ્રો દ્વારા હાથ ધરવામાં આવશે. તેમણે જણાવ્યું હતું કે સરકાર ઉદ્યોગોને વિશિષ્ટ પ્રાથમિકતાવાળા ક્ષેત્રોમાં સંશોધન અને વિકાસમાં રોકાણ કરવા માટે પણ પ્રોત્સાહિત કરશે.

શિક્ષકોની તાલીમ

શ્રીમતી સીતારમણે જણાવ્યું હતું કે શિક્ષકોની તાલીમની ઇનોવેટિવ શિક્ષણશાસ્ત્ર, અભ્યાસક્રમ વ્યવહાર, સતત પ્રોફેશનલ વિકાસ, ડિપસ્ટિક સર્વેક્ષણો અને ICT અમલીકરણ દ્વારા પુનઃકલ્પના કરવામાં આવશે. તેમણે ઉમેર્યું હતું કે આ હેતુ માટે જિલ્લા શિક્ષણ અને તાલીમ સંસ્થાઓને વાઇબ્રન્ટ ઇન્સ્ટિટ્યુટ ઓફ એક્સેલન્સ તરીકે વિકસાવવામાં આવશે.

તેમણે એવી પણ માહિતી આપી હતી કે બાળકો અને કિશોરો માટે રાષ્ટ્રીય ડિજિટલ લાઇબ્રેરીની સ્થાપના અલગ અલગ વિસ્તારો, ભાષાઓ, શૈલીઓ અને સ્તરોમાં ગુણવત્તાયુક્ત પુસ્તકોની ઉપલબ્ધતા અને ઉપકરણ અજ્ઞેયાત્મક સુલભતા માટે કરવામાં આવશે. રાજ્યોને પંચાયત અને વોર્ડ સ્તરે તેમના માટે ભૌતિક પુસ્તકાલયો સ્થાપવા અને રાષ્ટ્રીય ડિજિટલ લાઇબ્રેરી સંસાધનોને સુલભ કરવા માટે ઇન્ફ્રાસ્ટ્રક્ચર પ્રદાન કરવા માટે પ્રોત્સાહિત કરવામાં આવશે.

આ ઉપરાંત, વાંચનની સંસ્કૃતિને પ્રોત્સાહન આપવા માટે અને મહામારીના સમયના પડેલી શીખવાની ખોટની ભરપાઇ કરવા માટે, રાષ્ટ્રીય બુક ટ્રસ્ટ, ચિલ્ડ્રન્સ બુક ટ્રસ્ટ અને અન્ય સ્ત્રોતોને આ ભૌતિક પુસ્તકાલયોમાં પ્રાદેશિક ભાષાઓ અને અંગ્રેજીમાં અભ્યાસક્રમ સિવાયના શીર્ષકો પ્રદાન કરવા અને ફરી ભરવા માટે પ્રોત્સાહિત

કરવામાં આવશે. .

પ્રાથમિકતા 2: છેલ્લા માઇલ સુધી પહોંચવું

નાણાં મંત્રીએ જણાવ્યું હતું કે, પ્રધાનમંત્રી વાજપેયીની સરકારે આદિજાતિ બાબતોના મંત્રાલય અને પૂર્વોત્તર ક્ષેત્રના વિકાસ વિભાગની રચના કરી હતી જેથી 'છેલ્લા માઇલની વ્યક્તિ સુધી પહોંચવા'ના ઉદ્દેશ્ય પર વધુ ધ્યાન આપવામાં આવે. તેમણે કહ્યું હતું કે મોદી સરકારે આયુષ, મત્સ્યોદ્યોગ, પશુપાલન અને ડેરી, કૌશલ્ય વિકાસ, જલ શક્તિ અને સહકાર મંત્રાલયોની રચના કરી છે.

મહત્ત્વાકાંક્ષી જિલ્લાઓ અને તાલુકા કાર્યક્રમ શ્રીમતી સીતારમણે માહિતી આપી હતી કે મહત્ત્વાકાંક્ષી જિલ્લા કાર્યક્રમની સફળતાના આધારે, સરકારે તાજેતરમાં આરોગ્ય, પોષણ, શિક્ષણ, કૃષિ, જળ સંસાધનો, નાણાકીય સમાવેશ, કૌશલ્ય વિકાસ અને મૂળભૂત માળખાકીય સુવિધાઓ જેવા બહુવિધ ક્ષેત્રોમાં આવશ્યક સરકારી સેવાઓની સંતૃપ્તિ માટે 500 તાલુકાને આવરી લેતો મહત્ત્વાકાંક્ષી તાલુકા કાર્યક્રમ શરૂ કર્યો છે.

પ્રધાનમંત્રી PVTG વિકાસ મિશન નાણાં મંત્રીએ કહ્યું હતું કે, ખાસ કરીને સંવેદનશીલ આદિવાસી સમૂહો (PVTG)ની સામાજિક-આર્થિક સ્થિતિમાં સુધારો કરવા માટે, પ્રધાનમંત્રી PVTG વિકાસ મિશન શરૂ કરવામાં આવશે. આનાથી PVTG પરિવારો અને રહેઠાણોને મૂળભૂત સુવિધાઓ જેમ કે સલામત આવાસ, પીવાનું શુદ્ધ પાણી અને સ્વચ્છતા, શિક્ષણ, આરોગ્ય અને પોષણ, માર્ગ અને ટેલિકોમ કનેક્ટિવિટી અને ટકાઉ આજીવિકાની તકોમાં સંતૃપ્તિ લાવી શકાશે.

નાણાં મંત્રીએ જણાવ્યું હતું કે, અનુસૂચિત જનજાતિ માટે વિકાસ કાર્ય યોજના હેઠળ આગામી ત્રણ વર્ષમાં મિશનને અમલમાં મૂકવા માટે રૂ. 15,000 કરોડની રકમ ઉપલબ્ધ કરાવવામાં આવશે. શ્રીમતી સીતારમણે જાહેરાત કરી હતી કે આગામી ત્રણ વર્ષમાં કેન્દ્ર 740 એકલવ્ય મોડેલ રેસિડેન્શિયલ સ્કૂલ માટે 38,800 શિક્ષકો અને સહાયક સ્ટાફની ભરતી કરશે, જે 3.5 લાખ આદિવાસી વિદ્યાર્થીઓને સેવા આપશે.

દુષ્કાળગ્રસ્ત વિસ્તાર માટે પાણી નાણાં મંત્રીએ કહ્યું હતું કે, કર્ણાટકના દુષ્કાળગ્રસ્ત મધ્ય ક્ષેત્રમાં, ટકાઉ સૂક્ષ્મ સિંચાઇ અને

પીવાના પાણી માટે સપાટી પરની ટાંકીઓ ભરવા માટે ઉપલા ભદ્રા પ્રોજેક્ટને 5,300 કરોડ રૂપિયાની કેન્દ્રીય સહાય આપવામાં આવશે.

પીએમ આવાસ યોજના એક મહત્વપૂર્ણ જાહેરાતમાં, નાણાં મંત્રીએ કહ્યું હતું કે પીએમ આવાસ યોજનાનો ખર્ચ 66 ટકા વધારીને રૂ. 79,000 કરોડથી વધુ કરવામાં આવી રહ્યો છે.

પ્રથમ તબક્કામાં એક લાખ પ્રાચીન શિલાલેખોના ડિજિટાઇઝેશન સાથે ડિજિટલ એપિગ્રાફી મ્યુઝિયમમાં 'ભારત શેડ રિપોઝીટરી ઓફ ઇન્સ્ક્રિપ્શન્સ'ની સ્થાપના કરવામાં આવશે.

પ્રાથમિકતા 3: ઇન્ફ્રાસ્ટ્રક્ચર અને રોકાણ

શ્રીમતી સીતારમણે જણાવ્યું હતું કે, ઇન્ફ્રાસ્ટ્રક્ચર અને ઉત્પાદક ક્ષમતામાં રોકાણો વૃદ્ધિ અને રોજગાર પર બહુઆયામી પ્રભાવ પાડે છે અને આને ધ્યાનમાં રાખીને મૂડી રોકાણનો ખર્ચ સતત ત્રીજા વર્ષે 33 ટકા વધીને રૂ. 10 લાખ કરોડ કરવામાં આવી રહ્યો છે, જે GDPના 3.3 ટકા છે. તેમણે કહ્યું હતું કે આ રકમ 2019-20માં કરવામં આવેલા ખર્ચ કરતાં લગભગ ત્રણ ગણી હશે. કેન્દ્રનું 'અસરકારક મૂડી ખર્ચ'નું બજેટ 13.7 લાખ કરોડ રૂપિયાનું છે, જે GDPના 4.5 ટકા હશે.

મૂડી રોકાણ માટે રાજ્ય સરકારોને સમર્થન

નાણાં મંત્રીએ માહિતી આપી હતી કે સરકારે માળખાકીય સુવિધાઓમાં રોકાણને પ્રોત્સાહન આપવા અને પૂરક નીતિગત પગલાં લેવા માટે તેમને પ્રોત્સાહિત કરવા માટે રાજ્ય સરકારોને વધુ એક વર્ષ માટે 50 વર્ષની વ્યાજમુક્ત લોન ચાલુ રાખવાનો નિર્ણય લીધો છે, જેમાં નોંધપાત્ર રીતે 1.3 લાખ કરોડ રૂપિયાના ખર્ચમાં વધારો કરવામાં આવ્યો છે.

રેલ્વે નાણાં મંત્રીએ જાહેરાત કરી હતી કે, રેલ્વે માટે રૂ. 2.40 લાખ કરોડનો મૂડી ખર્ચ પૂરો પાડવામાં આવ્યો છે, જે અત્યાર સુધીનો સૌથી વધુ ખર્ચ છે અને 2013-14માં કરાયેલા ખર્ચ કરતાં લગભગ 9 ગણો છે.

તેમણે એવી પણ માહિતી આપી હતી કે બંદરો, કોલસો, સ્ટીલ, ખાતર અને ખાદ્યાન્ન ક્ષેત્રો માટે આરંભથી અંત સુધીની કનેક્ટિવિટી માટેના 100 નિર્ણાયક પરિવહન માળખાકીય પ્રોજેક્ટ્સની ઓળખ કરવામાં આવી છે અને તેમને રૂ. 75,000 કરોડના રોકાણ સાથે

પ્રાથમિકતા પર હાથ ધરવામાં આવશે, જેમાં ખાનગી સ્રોતોમાંથી રૂ. 15,000 કરોડ મેળવવામાં આવશે.

શ્રીમતી સીતારમણે કહ્યું હતું કે પ્રાદેશિક હવાઇ જોડાણમાં સુધારો કરવા માટે પચાસ વધારાના હવાઇમથક, હેલીપોર્ટ, વોટર એરોડ્રોમ અને એડવાન્સ લેન્ડિંગ ગ્રાઉન્ડને પુનર્જીવિત કરવામાં આવશે.

નાણાં મંત્રીએ જાહેરાત કરી હતી કે પ્રાથમિકતા ક્ષેત્રના ધિરાણની અછતના ઉપયોગ દ્વારા અર્બન ઇન્ફ્રાસ્ટ્રક્ચર ડેવલપમેન્ટ ફંડ (UIDF)ની સ્થાપના કરવામાં આવશે, જેનું સંચાલન નેશનલ હાઉસિંગ બેંક દ્વારા કરવામાં આવશે અને જાહેર એજન્સીઓ દ્વારા ટિઅર- 2 અને ટિઅર- 3 શહેરોમાં શહેરી ઇન્ફ્રાસ્ટ્રક્ચર બનાવવા માટે ઉપયોગમાં લેવામાં આવશે. તેમણે જણાવ્યું હતું કે UIDFને ઍક્સેસ કરતી વખતે યોગ્ય વપરાશકર્તા શુલ્ક અપનાવવા માટે રાજ્યોને 15મા નાણાપંચની અનુદાનમાંથી તેમજ હાલની યોજનાઓમાંથી સંસાધનોનો લાભ લેવા માટે પ્રોત્સાહિત કરવામાં આવશે. શ્રીમતી સીતારમણે કહ્યું હતું કે સરકાર આ હેતુ માટે વાર્ષિક રૂ. 10,000 કરોડ ઉપલબ્ધ કરાવશે.

પ્રાથમિકતા 4:

સંભાવનાઓને ઉજાગર કરવી નાણાં મંત્રીએ જણાવ્યું હતું કે વ્યવસાય કરવાની સરળતા (ઇઝ ઓફ ડુઇંગ બિઝનેસ)માં વધારો કરવા માટે, 39,000 થી વધુ અનુપાલન ઘટાડવામાં આવ્યા છે અને 3,400 થી વધુ કાયદાકીય જોગવાઇઓને અપરાધની શ્રેણીમાંથી દૂર કરવામાં આવી છે. તેમણે ઉમેર્યું હતું કે વિશ્વાસ આધારિત શાસનને આગળ વધારવા માટે, સરકારે 42 કેન્દ્રીય કાયદાઓમાં સુધારો કરવા માટે જન વિશ્વાસ બિલ રજૂ કર્યું છે.

આર્ટિફિશિયલ ઇન્ટેલિજન્સ માટે ઉત્કૃષ્ટતા કેન્દ્રો નાણાં મંત્રીએ કહ્યું હતું કે "મેક A-I ઇન ઇન્ડિયા અને મેક A-I વર્ક ફોર ઇન્ડિયા"ના વિઝનને સાકાર કરવા માટે, ટોચની શૈક્ષણિક સંસ્થાઓમાં આર્ટિફિશિયલ ઇન્ટેલિજન્સ માટે ત્રણ ઉત્કૃષ્ટતા કેન્દ્રો સ્થાપિત કરવામાં આવશે. અગ્રણી ઉદ્યોગ ખેલાડીઓ આંતરશાખાકીય સંશોધન હાથ ધરવા, કૃષિ, આરોગ્ય અને ટકાઉ શહેરોના ક્ષેત્રોમાં અત્યાધુનિક એપ્લિકેશનો અને સમસ્યાના વ્યાપક થવા યોગ્ય ઉકેલો તૈયાર

કરવામાં ભાગીદાર બનશે, જે અસરકારક A-I ઇકોસિસ્ટમને વધુ પ્રેરિત કરશે અને આ ક્ષેત્રમાં ગુણવત્તાયુક્ત માનવ સંસાધનોનું સંવર્ધન કરશે.

રાષ્ટ્રીય ડેટા ગવર્નન્સ નીતિ નાણાં મંત્રીએ જણાવ્યું હતું કે સ્ટાર્ટ-અપ્સ અને શિક્ષણવિદો દ્વારા આવિષ્કાર અને સંશોધનને બહાર લાવવામાં આવે તે માટે, રાષ્ટ્રીય ડેટા ગવર્નન્સ નીતિ લાવવામાં આવશે, જે અનામી કરાયેલા ડેટાની ઍક્સેસને સક્ષમ કરશે.

નાણાં મંત્રી સીતારમણે એવી પણ જાહેરાત કરી હતી કે MSME, મોટા વ્યાપાર અને ચેરિટેબલ ટ્રસ્ટ દ્વારા દસ્તાવેજોને સુરક્ષિત રીતે સંગ્રહિત કરવા અને શેર કરવા માટે, જ્યારે પણ જરૂર પડે ત્યારે, વિવિધ સત્તાવાળાઓ, નિયમનકારો, બેંકો અને અન્ય વ્યવસાયિક સંસ્થાઓ સાથે એક એન્ટિટી ડિજિલૉકરની સ્થાપના કરવામાં આવશે. તેમણે 5G સેવાઓ વિશે જાહેરાત કરી હતી કે, 5G સેવાઓનો ઉપયોગ કરીને ઍપ્લિકેશનો તૈયાર કરવા માટે એકસો લેબ્સ એન્જિનીયરિંગ સંસ્થાઓમાં સ્થાપિત કરવામાં આવશે જેથી નવી શ્રેણીની તકો, વ્યાપાર મૉડેલો અને રોજગાર સંભવિતતાનો અનુભવ થાય. લેબમાં સ્માર્ટ ક્લાસરુમ, પ્રિસિઝન ફાર્મિંગ, ઇન્ટેલિજન્ટ ટ્રાન્સપોર્ટ સિસ્ટમ્સ અને આરોગ્ય સંભાળ ઍપ્લિકેશનો જેવી ઍપ્લિકેશનને આવરી લેવામાં આવશે.

પ્રાથમિકતા 5: હરિત વિકાસ

શ્રીમતી સીતારમણે કહ્યું હતું કે, પ્રધાનમંત્રીએ પર્યાવરણ પ્રત્યે સભાન જીવનશૈલીની ચળવળને વેગ આપવા માટે "LiFE" અથવા પર્યાવરણ માટેની જીવનશૈલી માટેનું વિઝન આપ્યું છે. હરિયાળી ઔદ્યોગિક અને આર્થિક સંક્રમણની શરૂઆત કરવા માટે ભારત 2070 સુધીમાં 'પંચામૃત' અને નેટ-શૂન્ય કાર્બન ઉત્સર્જન માટે મજબૂત રીતે આગળ વધી રહ્યું છે.

તેમણે કહ્યું હતું કે, આ અંદાજપત્રમાં હરિત વિકાસ પર ધ્યાન કેન્દ્રિત કરવામાં આવ્યું છે. તાજેતરમાં શરૂ કરવામાં આવેલા રાષ્ટ્રીય ગ્રીન હાઇડ્રોજન મિશન, રૂ. 19,700 કરોડના ખર્ચ સાથે, અર્થતંત્રને નીચી કાર્બન તીવ્રતા તરફ સંક્રમણની સુવિધા આપશે, અશ્મિભૂત ઇંધણની આયાત પરની નિર્ભરતા ઘટાડશે અને દેશને આ સૂર્યોદય

ક્ષેત્રમાં ટેકનોલોજિ અને બજારનું નેતૃત્વ પ્રાપ્ત કરશે. વર્ષ 2030 સુધીમાં વાર્ષિક ઉત્પાદન 5 MMT સુધી પહોંચાડવાનું લક્ષ્ય છે.

અંદાજપત્રમાં પેટ્રોલિયમ અને કુદરતી ગેસ મંત્રાલય દ્વારા ઊર્જા સંક્રમણ અને નેટ ઝીરો ઉદ્દેશ્યો અને ઊર્જા સુરક્ષા તરફ પ્રાથમિકતા મૂડી રોકાણો માટે રૂપિયા 35,000 કરોડની જોગવાઇ પણ કરવામાં આવી છે.

નાણાં મંત્રીએ જણાવ્યું હતું કે, અર્થતંત્રને ટકાઉ વિકાસના માર્ગ પર આગળ વધારવા માટે, 4,000 MWHની ક્ષમતા ધરાવતી બેટરી એનર્જી સંગ્રહ પ્રણાલીને વાયેબિલિટી ગેપ ફંડિંગ દ્વારા સમર્થન આપવામાં આવશે.

તેમણે એવી પણ માહિતી આપી હતી કે, લદ્દાખમાંથી 13 GW અક્ષય ઉર્જા (પુનઃપ્રાપ્ય ઉર્જા)ના સ્થળાંતર અને ગ્રીડ એકીકરણ માટે આંતર-રાજ્ય ટ્રાન્સમિશન સિસ્ટમનું નિર્માણ રૂ. 20,700 કરોડના રોકાણ સાથે કરવામાં આવશે, જેમાં રૂ. 8,300 કરોડના કેન્દ્રીય સહકારનો સમાવેશ થાય છે.

ગોબરધન યોજના શ્રીમતી નિર્મલા સીતારમણે જાહેરાત કરી કે, ગોબરધન (ગેલ્વેનાઇઝિંગ ઓર્ગેનિક બાયો-એગ્રો રિસોર્સિસ ધન) નામની યોજના હેઠળ 500 નવા 'વેસ્ટ ટુ વેલ્થ' (કચરામાંથી સમૃદ્ધિ) પ્લાન્ટની સ્થાપના વલયાકાર અર્થતંત્રને પ્રોત્સાહન આપવા માટે કરવામાં આવશે. તેમાં 200 કોમ્પ્રેસ્ડ બાયોગેસ (CBG) પ્લાન્ટ્સનો સમાવેશ થશે, જેમાં શહેરી વિસ્તારોમાં 75 પ્લાન્ટ્સનો સમાવેશ થાય છે અને 300 સમુદાય અથવા ક્લસ્ટર આધારિત પ્લાન્ટ્સ કુલ રૂ. 10,000 કરોડના રોકાણ સાથે તૈયાર કરવામાં આવશે. તેમણે જણાવ્યું હતું કે, યોગ્ય સમયે, કુદરતી અને બાયો ગેસનું માર્કેટિંગ કરતી તમામ સંસ્થાઓ માટે 5 ટકા CBG અધ્યાદેશ રજૂ કરવામાં આવશે અને બાયો-માસના સંગ્રહ અને બાયો-ખાતરના વિતરણ માટે, યોગ્ય નાણાકીય સહાય પૂરી પાડવામાં આવશે.

ભારતીય પ્રાકૃતિક ખેતી બાયો-ઇનપુટ રિસોર્સ સેન્ટર્સ નાણાં મંત્રીએ જાહેરાત કરી કે આગામી 3 વર્ષમાં કેન્દ્ર એક કરોડ ખેડૂતોને કુદરતી ખેતી અપનાવવા માટે સુવિધા પૂરી પાડશે. આના માટે, 10,000 બાયો-ઇનપુટ રિસોર્સ સેન્ટરો સ્થાપિત કરવામાં આવશે,

રાષ્ટ્રીય સ્તરે વિતરિત સૂક્ષ્મ ખાતર અને જંતુનાશક ઉત્પાદન નેટવર્ક તૈયાર કરવામાં આવશે.

નાણાં મંત્રીએ કહ્યું હતું કે 2021-22ના અંદાજપત્રમાં ઉલ્લેખિત વાહન સ્ક્રેપિંગ નીતિને આગળ વધારવા માટે, તેમણે કેન્દ્ર સરકારના જૂના વાહનોને સ્ક્રેપ કરવા માટે પૂરતા ભંડોળની ફાળવણી કરી છે અને જૂના વાહનો અને એમ્બ્યુલન્સને બદલવામાં રાજ્યોને પણ મદદ કરવામાં આવશે.

પ્રાથમિકતા 6: યુવા શક્તિ

નાણાં મંત્રીએ કહ્યું હતું કે યુવાનોને સશક્ત કરવા અને 'અમૃત પેઢી'ને તેમના સપના સાકાર કરવામાં મદદ કરવા માટે, સરકારે રાષ્ટ્રીય શિક્ષણ નીતિ ઘડી છે, કૌશલ્ય પર ધ્યાન કેન્દ્રિત કર્યું છે, આર્થિક નીતિઓ અપનાવી છે જે મોટા પાયે રોજગાર સર્જનની સુવિધા આપે છે અને વ્યવસાયની તકોને સમર્થન આપે છે.

તેમણે એવી પણ જાહેરાત કરી હતી કે આગામી ત્રણ વર્ષમાં લાખો યુવાનોને કૌશલ્યવાન બનાવવા માટે પ્રધાનમંત્રી કૌશલ વિકાસ યોજના 4.0 શરૂ કરવામાં આવશે જેમાં નોકરી પરની તાલીમ, ઉદ્યોગ ભાગીદારી અને ઉદ્યોગની જરૂરિયાતો સાથેના અભ્યાસક્રમોના સંરેખણ પર ભાર મૂકવામાં આવશે. આ યોજના ઇન્ડસ્ટ્રી 4.0 માટે કોડિંગ, AI, રોબોટિક્સ, મેકાટ્રોનિક્સ, IOT, 3D પ્રિન્ટિંગ, ડ્રોન અને સોફ્ટ સ્કિલ જેવા નવા યુગના અભ્યાસક્રમોને પણ આવરી લેશે.

તેમણે એ પણ જાહેરાત કરી કે આંતરરાષ્ટ્રીય તકો માટે યુવાનોને કૌશલ્ય બનાવવા માટે, વિવિધ રાજ્યોમાં 30 કૌશલ્ય ભારત આંતરરાષ્ટ્રીય કેન્દ્રોની સ્થાપના કરવામાં આવશે.

રાષ્ટ્રીય એપ્રેન્ટિસશિપ પ્રોત્સાહન યોજના શ્રીમતી નિર્મલા સીતારમણે જણાવ્યું હતું કે ત્રણ વર્ષમાં 47 લાખ યુવાનોને સ્ટાઇપેન્ડ સહાય પૂરી પાડવા માટે, અખંડ ભારત રાષ્ટ્રીય એપ્રેન્ટિસશિપ પ્રોત્સાહન યોજના હેઠળ ડાયરેક્ટ બેનિફિટ ટ્રાન્સફર (DBT) શરૂ કરવામાં આવશે.

યુનિટી મોલ નાણાં મંત્રીએ જણાવ્યું હતું કે, રાજ્યોને તેમના રાજ્યના પાટનગર અથવા સૌથી પ્રખ્યાત પર્યટન કેન્દ્ર અથવા આર્થિક પાટનગરમાં તેમના પોતાના ODOP (એક જિલ્લો, એક

ઉત્પાદન), GI ઉત્પાદનો અને અન્ય હસ્તકલા ઉત્પાદનો તેમજ અન્ય તમામ રાજ્યોના આવા ઉત્પાદનો માટે જગ્યા પૂરી પાડવા માટે પ્રચાર અને વેચાણ માટે યુનિટી મોલ સ્થાપવા માટે પ્રોત્સાહિત કરવામાં આવશે.

પ્રાથમિકતા 7: નાણાકીય ક્ષેત્ર MSME માટે ધિરાણ ગેરંટી

નાણાં મંત્રીએ જણાવ્યું હતું કે ગયા વર્ષે, તેમણે MSME માટે ધિરાણ ગેરંટી યોજનામાં સુધારો કરવાની દરખાસ્ત કરી હતી અને ખુશીથી જાહેરાત કરી હતી કે સુધારેલી યોજના કોર્પસમાં (સિલકમાં) રૂ. 9,000 કરોડના ઉમેરા સાથે 1 એપ્રિલ 2023થી અમલમાં આવશે. આનાથી રૂ. 2 લાખ કરોડની વધારાનું કોલેટરલ-ફ્રી (જામીન મુક્ત) ગેરેન્ટેડ ધિરાણ સક્ષમ બનશે. વધુમાં, ધિરાણની કિંમતમાં લગભગ 1 ટકાનો ઘટાડો થશે.

શ્રીમતી સીતારમણે જણાવ્યું હતું કે, નાણાકીય અને આનુષંગિક માહિતીના કેન્દ્રિય ભંડાર તરીકે સેવા આપવા માટે રાષ્ટ્રીય નાણાકીય માહિતી રજિસ્ટ્રીની સ્થાપના કરવામાં આવશે. આનાથી ધિરાણનો કાર્યક્ષમ પ્રવાહ સરળ બની શકશે, નાણાકીય સમાવેશને પ્રોત્સાહન આપવામાં આવશે અને નાણાકીય સ્થિરતાને પ્રોત્સાહન પ્રાપ્ત થશે. એક નવું કાયદાકીય માળખું આ ક્રેડિટ જાહેર ઇન્ફ્રાસ્ટ્રક્ચરને સંચાલિત કરશે, અને તે RBI સાથે પરામર્શ કરીને ડિઝાઇન કરવામાં આવશે.

તેમણે એવી પણ જાહેરાત કરી હતી કે, કંપની એક્ટ હેઠળ ક્ષેત્રીય કચેરીઓમાં દાખલ કરવામાં આવેલા વિવિધ ફોર્મના કેન્દ્રીયકૃત સંચાલન દ્વારા કંપનીઓને ઝડપી પ્રતિસાદ આપવા માટે કેન્દ્રીય પ્રોસેસિંગ સેન્ટરોની સ્થાપના કરવામાં આવશે.

તેમણે કહ્યું હતું કે, આઝાદી કા અમૃત મહોત્સવની ઉજવણી માટે, એક વખતની નવી નાની બચત યોજના, મહિલા સન્માન બચત પ્રમાણપત્ર, માર્ચ 2025 સુધીના બે વર્ષના સમયગાળા માટે ઉપલબ્ધ કરાવવામાં આવશે. આ મહિલાઓ અથવા બાળકીઓના નામે આંશિક ઉપાડના વિકલ્પ સાથે રૂ. 2 લાખ સુધીની થાપણની સુવિધા પૂરી પાડશે અને 7.5 ટકાના નિશ્ચિત વ્યાજ દરે 2 વર્ષની મુદત માટે થાપણ રાખી શકાશે.

નાણાં મંત્રીએ જાહેરાત કરી હતી કે વરિષ્ઠ નાગરિક બચત યોજના માટે મહત્તમ થાપણ મર્યાદા રૂ. 15 લાખથી વધારીને રૂ. 30 લાખ કરવામાં આવશે. આ ઉપરાંત, માસિક આવક ખાતાની યોજના માટે મહત્તમ જમા કરવાની મર્યાદા એકલ ખાતા માટે રૂ. 4.5 લાખ છે તેને વધારીને રૂ. 9 લાખ અને સંયુક્ત ખાતા માટે રૂ. 9 લાખ છે તેને વધારીને રૂ. 15 લાખ કરવામાં આવશે.

શ્રીમતી નિર્મલા સીતારમણે જણાવ્યું હતું કે રાજ્યોએ સંપૂર્ણ પચાસ વર્ષની લોન 2023-24ની અંદર મૂડી ખર્ચ પર ખર્ચવાની રહેશે. આમાંના મોટા ભાગનું ઋણ રાજ્યોની વિવેકબુદ્ધિ પર હશે, પરંતુ એક ભાગ રાજ્યો તેમના વાસ્તવિક મૂડી ખર્ચમાં વધારો કરવા પર શરતી હશે. તેમણે જણાવ્યું હતું કે, ખર્ચના ભાગોને નીચેના હેતુઓ સાથે પણ જોડવામાં આવશે અથવા ફાળવવામાં આવશે: જેમ કે જૂના સરકારી વાહનોને સ્ક્રેપ કરવા, શહેરી આયોજન સુધારણા અને કાર્યવાહીઓ, શહેરી સ્થાનિક સંસ્થાઓમાં નાણાકીય સુધારા જેથી તેમાં મ્યુનિસિપલ બોન્ડ્સ માટે ક્રેડિટ બને, પોલીસ સ્ટેશનોની ઉપર અથવા તેના ભાગ રૂપે પોલીસ કર્મચારીઓ માટે આવસ, યુનિટી મોલ્સનું નિર્માણ, બાળકો અને કિશોરો માટે પુસ્તકાલયો અને ડિજિટલ ઇન્ફ્રાસ્ટ્રક્ચર અને કેન્દ્રીય યોજનાઓના મૂડી ખર્ચમાં રાજ્યનો હિસ્સો સામેલ છે.

શ્રીમતી સીતારમણે જણાવ્યું હતું કે, ઋણ સિવાયની કુલ પ્રાપ્તિનું સુધારેલું અનુમાન રૂ. 24.3 લાખ કરોડ છે, જેમાંથી ચોખ્ખી કર પ્રાપ્તિ રૂ. 20.9 લાખ કરોડ છે. કુલ ખર્ચનું સુધારેલું અનુમાન રૂ. 41.9 લાખ કરોડ છે, જેમાંથી મૂડી ખર્ચ આશરે રૂ. 7.3 લાખ કરોડ છે. તેવી જ રીતે, રાજકોષીય ખાધનું સુધારેલું અનુમાન GDPના 6.4 ટકા છે, જે અંદાજપત્રના અનુમાનને વળગી રહે છે.

અંદાજપત્રીય અનુમાનો 2023-24

સામાન્ય અંદાજપત્રના ભાગ-1ને સમાપ્ત કરતા, શ્રીમતી નિર્મલા સીતારમણે જણાવ્યું હતું કે ઋણ સિવાયની કુલ પ્રાપ્તિ અને કુલ ખર્ચ અનુક્રમે રૂ. 27.2 લાખ કરોડ અને રૂ. 45 લાખ કરોડ હોવાનું અનુમાન છે. ચોખ્ખી કરની આવક રૂ. 23.3 લાખ કરોડ હોવાનું અનુમાન છે. શ્રીમતી સીતારમણે કહ્યું હતું કે, રાજકોષીય ખાધ GDPના 5.9 ટકા હોવાનુ અનુમાન છે.

તેમણે જણાવ્યું હતું કે 2021-22 માટે તેમના અંદાજપત્ર ભાષણમાં, તેમણે જાહેરાત કરી હતી કે સરકાર સમયાંતરમાં રાજકોષીય ખાધને નિરંતર રીતે સારા પ્રમાણમાં ઓછી કરવાના સાતવ ર્ષ 2025-26 સુધીમાં રાજકોષીય ખાધને 4.5 ટકાથી નીચે રાખવા માટે રાજકોષીય સ્થિરતાના માર્ગ પર આગળ વધવાની યોજના બનાવી રહી છે. તેમણે કહ્યું હતું કે સરકારે આ માર્ગનું પાલન કરવાનું ચાલુ રાખ્યું છે અને 2025-26 સુધીમાં રાજકોષીય ખાધને GDPના 4.5 ટકાથી નીચે લાવવાનો પુનરોચ્ચાર કર્યો હતો.

શ્રીમતી સીતારમણે જણાવ્યું હતું કે, 2023-24માં રાજકોષીય ખાધને નાણાં પૂરા પાડવા માટે, દિનાંકિત (ડેટેડ) સિક્યોરિટીઝમાંથી ચોખ્ખી બજાર ઉધારી રૂ.11.8 લાખ કરોડ હોવાનો અંદાજ લગાવવામાં આવ્યો છે. તેમણે કહ્યું હતું કે બાકીનું ધિરાણ નાની બચત અને અન્ય સ્રોતોમાંથી આવવાની અપેક્ષા છે. ગ્રોસ માર્કેટ બોરોઇંગ (કુલ બજાર ઉધારી) 15.4 લાખ કરોડ રૂપિયા હોવાનું અનુમાન છે.

શ્રીમતી નિર્મલા સીતારમણ વ્યક્તિગત આવકવેરામાં મોટી રાહત આપે છે. અંદાજપત્રમાં સમાવવામાં આવેલી પરોક્ષ કર દરખાસ્તોનો ઉદ્દેશ્ય નિકાસને પ્રોત્સાહિત કરવાનો છે સ્થાનિક મૂલ્યવૃદ્ધિમાં વૃદ્ધિ કરવાનો, હરિત ઉર્જાને અને ગતિશીલતાને પ્રોત્સાહન આપવાનો છે.

વ્યક્તિગત આવકવેરાને લગતી પાંચ મુખ્ય જાહેરાતો કરવામાં આવી છે. નવી કર વ્યવસ્થામાં રિબેટ મર્યાદા વધારીને રૂપિયા 7 લાખ કરવામાં આવી છે, એટલે કે નવી કર વ્યવસ્થા અનુસાર રૂપિયા 7 લાખ સુધીની આવક ધરાવતા લોકોએ કોઇ કર ચુકવવો પડશે નહીં. નવી વ્યક્તિગત કર પ્રણાલીમાં કર માળખામાં સ્લેબની સંખ્યા ઘટાડીને પાંચ અને કર મુક્તિની મર્યાદા વધારીને રૂપિયા 3 લાખ કરવામાં આવી છે. આ નવી વ્યવસ્થામાં તમામ કરદાતાઓને મોટી રાહત મળી શકશે.

પગારદાર વર્ગ અને ફેમિલી પેન્શનર સહિત પેન્શનધારકોને નવી કર વ્યવસ્થા હેઠળ સ્ટાન્ડર્ડ ડિડક્શન (પ્રમાણભૂત કપાત)નો લાભ લંબાવવામાં આવ્યો છે. આ દરખાસ્ત મુજબ પગારદાર વ્યક્તિને રૂપિયા 50,000 અને પેન્શનરને રૂપિયા 15,000 ની પ્રમાણભૂત કપાતનો લાભ મળશે. રૂપિયા 15.5 લાખ કે તેથી વધુની આવક

ધરાવનાર દરેક પગારદાર વ્યક્તિને, આમ ઉપરોક્ત દરખાસ્તોથી રૂપિયા 52,500નો ફાયદો થશે.

નવી કર વ્યવસ્થામાં રૂપિયા 2 કરોડથી વધુની આવક માટે વ્યક્તિગત આવકવેરામાં સવોચ્ચ સરચાર્જ દર 37% થી ઘટાડીને 25% કરવામાં આવ્યો છે. આના પરિણામે વ્યક્તિગત આવકવેરાનો મહત્તમ કર દર ઘટીને 39% થઇ જશે જે અગાઉ 42.74% હતો.

બિન-સરકારી પગારદાર કર્મચારીઓની નિવૃત્તિ પર રજાના રોકડા રૂપિયા આપવામાં આવે છે તેના પર કર મુક્તિની મર્યાદા રૂપિયા 3 લાખથી વધારીને રૂપિયા 25 લાખ કરવામાં આવી છે.

નવી આવકવેરા વ્યવસ્થાને ડિફોલ્ટ કર વ્યવસ્થા બનાવવામાં આવી છે. જો કે, નાગરિકો પાસે જૂની કર વ્યવસ્થાનો લાભ મેળવવાનો વિકલ્પ પણ ચાલુ રહેશે.

કેન્દ્રીય નાણાં અને કોર્પોરેટ બાબતોના મંત્રી શ્રીમતી નિર્મલા સીતારમણે અંદાજપત્રમાં જાહેર કરેલી પરોક્ષ કર દરખાસ્તોમાં ઓછા કર દરો સાથે કર માળખાના સરળીકરણ પર ભાર મૂકવામાં આવ્યો હતો જેથી પાલન બોજ ઘટાડવામાં અને કર વહીવટમાં સુધારો કરવામાં મદદ મળી શકે. કાપડ અને કૃષિ સિવાયના સામાન પરના મૂળભૂત કસ્ટમ ડ્યૂટીના દરોની સંખ્યા 21 થી ઘટાડીને 13 કરવામાં આવી છે. રમકડાં, સાયકલ, ઓટોમોબાઇલ અને નેપ્થા સહિતની વસ્તુઓ પર મૂળભૂત કસ્ટમ ડ્યૂટી, સેસ (ઉપકર) અને સરચાર્જમાં નજીવા ફેરફારો કરવામાં આવ્યા છે.

મિશ્રિત કોમ્પ્રેસ નેચરલ ગેસ પરના કરના કાસ્કેડિંગને (કર પર લાગતો બીજો કર) ટાળવા માટે, તેમાં સમાવિષ્ટ GST-પેઇડ કોમ્પ્રેસ બાયો-ગેસ પરની એક્સાઇઝ ડ્યૂટીને એક્સાઇઝ ડ્યૂટીમાંથી મુક્તિ આપવામાં આવી છે. ઇલેક્ટ્રિક વાહનોમાં ઉપયોગમાં લેવામાં આવતી બેટરીઓ માટે લિથિયમ-આયન સેલના ઉત્પાદન માટે જરૂરી કેપિટલ ગુડ્સ અને મશીનરીની આયાત પર કસ્ટમ્સ ડ્યૂટીની છૂટનું વિસ્તરણ કરવામાં આવ્યું છે.

મોબાઇલ ફોનના ઉત્પાદનમાં સ્થાનિક મૂલ્યવૃદ્ધિને વધુ આગળ વધારવા માટે, નાણાં મંત્રીએ અમુક ભાગો અને કેમેરા લેન્સ જેવા ઇનપુટ્સની આયાત પર કસ્ટમ ડ્યૂટીમાં રાહત આપવાની જાહેરાત

કરી છે. બેટરી માટે લિથિયમ-આયન સેલ પર રાહત ડ્યૂટી વધુ એક વર્ષ સુધી ચાલુ રાખવામાં આવશે. ટીવીની પેનલના ઓપન સેલના ભાગો પરની મૂળભૂત કસ્ટમ ડ્યૂટી ઘટાડીને 2.5% કરવામાં આવી છે. અંદાજપત્રમાં ડ્યૂટી માળખાના વ્યુત્ક્રમ (ઇન્વર્ઝન)ને સુધારવા અને ઇલેક્ટ્રિકલ કિચન ચીમનીના ઉત્પાદનને પ્રોત્સાહિત કરવા માટે મૂળભૂત કસ્ટમ ડ્યૂટીમાં ફેરફાર કરવાની પણ દરખાસ્ત કરવામાં આવી છે.

ડિનેચર્ડ ઇથિલ આલ્કોહોલને મૂળભૂત કસ્ટમ ડ્યૂટીમાંથી મુક્તિ આપવામાં આવી છે. એસિડ ગ્રેડ ફ્લોરસ્પાર અને ક્રૂડ ગ્લિસરીન પર પણ મૂળભૂત કસ્ટમ ડ્યૂટી ઓછી કરવામાં આવી છે. ઝીંગા ફીડના સ્થાનિક ઉત્પાદન માટેના મુખ્ય ઇનપુટ્સ પર ડ્યૂટી ઘટાડવામાં આવી રહી છે. લેબ ગ્રોન (લેબોરેટરીમાં તૈયાર કરેલા) ડાયમંડના ઉત્પાદનમાં ઉપયોગમાં લેવામાં આવતા સીડ પરની મૂળભૂત કસ્ટમ ડ્યૂટી પણ ઘટાડી દેવામાં આવી છે. સિલ્વર ડોર, બાર અને આર્ટિકલ પરની આયાત ડ્યૂટીને સોના અને પ્લેટિનમ સાથે સમાયોજિત કરવા માટે વધારવામાં આવી છે. કમ્પાઉન્ડેડ રબર પર બેઝિક કસ્ટમ ડ્યૂટીના દરમાં વધારો કરવામાં આવ્યો છે. નિર્દિષ્ટ સિગારેટ પર રાષ્ટ્રીય આપદા આકસ્મિક ડ્યૂટી લગભગ 16% વધારવામાં આવી છે. એપિકોલોરહિડ્રિનના ઉત્પાદનમાં ઉપયોગમાં લેવામાં આવતા ક્રૂડ ગ્લિસરીન પરની મૂળભૂત કસ્ટમ ડ્યૂટી 7.5% થી ઘટાડીને 2.5% કરવાની દરખાસ્ત કરવામાં આવી છે.

કેન્દ્રીય અંદાજપત્રમાં કરદાતાઓની સગવડતા માટે નેક્સ્ટ જનરેશન સામાન્ય IT રિટર્ન ફોર્મ લાવવાનો પણ પ્રસ્તાવ છે. અંદાજપત્રમાં પ્રત્યક્ષ કર માટે ફરિયાદ નિવારણ વ્યવસ્થાતંત્રને મજબૂત કરવાની યોજનાનો પણ ઉલ્લેખ કરવામાં આવ્યો છે. નાણાં મંત્રીએ પ્રત્યક્ષ કર સાથે સંકળાયેલી નાની અપીલોના નિકાલ માટે લગભગ 100 સંયુક્ત કમિશનરને તૈનાત કરવાની પણ જાહેરાત કરી હતી. નાણાં મંત્રીએ એમ પણ કહ્યું હતું કે આ વર્ષે પહેલાથી જ પ્રાપ્ત થયેલા રિટર્નની ચકાસણી માટે વિભાગ ઘણો વધુ પસંદગીયુક્ત વલણ અપનાવશે.

કર રાહતો અને છૂટછાટોને વધુ સારી રીતે લક્ષિત કરવા માટે, રહેણાંક મકાનમાં રોકાણ પરના મૂડી લાભોમાંથી કપાત રૂપિયા 10 કરોડની મર્યાદામાં રાખવામાં આવી છે. ખૂબ ઊંચી કિંમત ધરાવતી વીમા પૉલિસીની આવકમાંથી આવકવેરા મુક્તિની પણ પોતાની એક મર્યાદા હશે. કેન્દ્રીય અંદાજપત્રમાં પ્રત્યક્ષ વેરાના તર્કસંગતીકરણ અને સરળીકરણને લગતી અનેક દરખાસ્તો કરવામાં આવી છે.

અંદાજપત્રમાં કરવામાં આવેલી અન્ય મુખ્ય દરખાસ્તો અંતર્ગત IFSC, GIFT સિટીમાં સામેલ થનારા ભંડોળ પર કર લાભની મુદત 31 માર્ચ 2025 સુધી કરવામાં આવી છે; આવકવેરા કાયદાની કલમ 276A હેઠળ નિરાપરાધીકરણ; IDBI બેંકના વ્યૂહાત્મક ડિસઇન્વેસ્ટમેન્ટ સહિત અન્ય વ્યૂહાત્મક ડિસઇન્વેસ્ટમેન્ટ પર થતા નુકસાનને આગળના ખાતામાં નાખવાની અનુમતિ આપવામાં આવી છે; અગ્નિવીર કોષને EEE દરજ્જો આપવામાં આવ્યો છે.

નાણાં મંત્રીએ આપણા અર્થતંત્રમાં MSMEને વૃદ્ધિ એન્જિન તરીકે વર્ણવતા, અંદાજપત્રમાં સૂક્ષ્મ સાહસો અને અમુક વ્યાવસાયિકો માટે અનુમાનિત કરવેરાનો લાભ મેળવવા માટે વિસ્તૃત મર્યાદાનો પ્રસ્તાવ મૂક્યો છે. MSMEને સમયસર ચુકવણીની પ્રાપ્તિમાં સહકાર આપવા માટે, અંદાજપત્રમાં તેમને ચુકવવામાં આવેલા ખર્ચ માટે કપાતની મંજૂરી આપવામાં આવી છે પંરતુ આ ત્યારે જ શક્ય બનશે જ્યારે ખરેખર ચુકવણી કરવામાં આવશે.

અંદાજપત્રમાં સહકારિતા ક્ષેત્ર માટે ઘણી દરખાસ્તો કરવામાં આવી છે. આગામી વર્ષે 31 માર્ચ સુધી વિનિર્માણ પ્રવૃતિઓ શરૂ કરતી નવી સહકારી સંસ્થાઓને 15%ના નીચા કર દરનો લાભ પ્રાપ્ત થશે. અંદાજપત્રમાં ખાંડ સહકારી મંડળીઓને ખર્ચ તરીકે આકારણી વર્ષ 2016-17 પહેલાના સમયગાળા માટે શેરડીના ખેડૂતોને ચુકવણીનો દાવો કરવાની તક પૂરી પાડવામાં આવી છે. પ્રાથમિક કૃષિ સહકારી મંડળીઓ અને પ્રાથમિક સહકારી કૃષિ અને ગ્રામીણ વિકાસ બેંકો દ્વારા રોકડ થાપણો અને રોકડમાં લોન માટે સભ્ય દીઠ રૂપિયા 2 લાખની ઊંચી મર્યાદા પૂરી પાડવામાં આવી છે. અંદાજપત્રમાં સહકારી મંડળીઓ માટે રોકડ ઉપાડ પર TDS માટે રૂપિયા 3 કરોડની ઊંચી મર્યાદાની દરખાસ્ત કરવામાં આવી છે.

અંદાજપત્રમાં સ્ટાર્ટ-અપ્સને આવકવેનારા લાભો મેળવવા માટે તેમની શરૂ થવાની તારીખ 31.03.2023 થી લંબાવીને 31.03.2024 સુધી કરવાની દરખાસ્ત કરવામાં આવી છે. બજેટમાં સ્ટાર્ટ-અપ્સના શેરહોલ્ડિંગ પરિવર્તન થવા પર થતા નુકસાનને આગળ લઇ જવાનોનો લાભ આપવામાં આવ્યો છે જે પહેલાં તેની શરૂઆત થાય ત્યારથી 7 વર્ષ સુધી સિમિત હતો જે હવે વધારીને તેની શરૂઆત થાય ત્યારથી 10 વર્ષ સુધી કરવામાં આવ્યો છે.

અંદાજપત્રમાં CGST અધિનિયમમાં સુધારો કરવાનો પ્રસ્તાવ કરવામાં આવી છે જેથી કરીને GST હેઠળ કાર્યવાહી શરૂ કરવા માટે કરની લઘુતમ થ્રેશોલ્ડ (ઉપલી મર્યાદા) રૂપિયા 1 કરોડથી વધારીને રૂપિયા 2 કરોડ કરી શકાય, સિવાય કે માલસામાન અને સેવાઓ અથવા બંનેના સપ્લાય વિના ઇન્વોઇસ ઇશ્યુ કરવાનો ગુનો આચરવામાં આવ્યો હોય. કમ્પાઉન્ડિંગ રકમ વર્તમાન કરની રકમના 50 થી 150%ની રેન્જમાં છે તેને ઘટાડીને 25 થી 100%ની રેન્જમાં કરવામાં આવશે. તેનાથી અધિનિયમની કેટલીક કલમોને પણ અપરાધોની શ્રેણીમાં દૂર કરવામાં આવશે જમાં કોઇ અધિકારીના કર્તવ્ય પાલનમાં અવરોધ લાવવી અને તેમને રોકવા, પુરાવામાં જાણીજોઇને ફેરબદલી કરવી, અથવા સંબંધિત માહિતી આપવામાં નિષ્ફળ રહેવાનું સામેલ છે.

પ્રત્યક્ષ અને પરોક્ષ કરમાં કરવામાં આવેલા ફેરફારોની જાહેરાત કરતા, નાણાં મંત્રીએ જણાવ્યું હતું કે આ દરખાસ્તોના પરિણામે લગભગ રૂપિયા 38,000 કરોડની આવક છોડવી પડશે, જ્યારે લગભગ રૂપિયા 3,000 કરોડની વધારાની આવક એકત્ર કરવામાં આવશે. નાણાં મંત્રીએ જણાવ્યું હતું કે, આમ આ દરખાસ્તોને કારણે કુલ આવક લગભગ રૂપિયા 35,000 કરોડ વાર્ષિક ધોરણે છોડવાની રહેશે.

સંદર્ભ: વિવિધ અખબારી અહેવાલો , વિવિધ અનુભવી વ્યક્તિઓ ના બ્લોગ- લેખ , વિવિધ અખબારી અહેવાલ અને ભારતીય નાણા મંત્રાલય ના રિપોર્ટ કેન્દ્રીય અંદાજપત્ર 2023-24નો સારાંશ, https://pib.gov.in/PressReleasePage.aspx?PRID=1895503

9 798889 594918